காச்சர் கோச்சர்

காச்சர் கோச்சர்

விவேக் ஷான்பாக்

விவேக் ஷான்பாக் கன்னட எழுத்தாளர். இதுவரை ஐந்து சிறுகதைத் தொகுதிகள், மூன்று நாவல்கள் உட்பட பலநூல்கள் எழுதியுள்ளார்.

தேச கால என்ற கன்னட இலக்கிய இதழை ஏழாண்டு காலம் நடத்திவந்தார்.

2016ஆம் ஆண்டு அயோவா பல்கலைக்கழகத்தின் பன்னாட்டு எழுத்தாளர் முகாமுக்கு அழைக்கப்பட்டிருந்தார்.

விவேக் ஷான்பாக் ஒரு பொறியியலாளர். பெங்களூருவில் வசித்து வருகிறார்.

கே. நல்லதம்பி (பி. 1949)
மொழிபெயர்ப்பாளர்

பிறப்பு மைசூரில். படிப்பு B.A.வரை. ஒரு தனியார் நிறுவனத்தில் வியாபாரப் பிரிவின் அகில இந்திய மேலாளராக முப்பத்தைந்து வருடங்கள் வேலை பார்த்து ஓய்வுபெற்றவர். நிழற்படக் கலையில் ஆர்வம் உள்ளவர். அகில உலக, தேசியக் கண்காட்சிகளில் இவரது நிழற்படங்கள் பார்வைக்கு வைக்கப்பட்டுப் பரிசுகளும் பெற்றிருக்கின்றன. கன்னடத்திலிருந்து தமிழுக்கும் தமிழிலிருந்து கன்னடத்திற்கும் இவர் மொழிபெயர்த்த கவிதைகள், சிறுகதைகள், கட்டுரைகள் பல இதழ்களில் வெளியாகியுள்ளன.

தற்போது பெங்களூரில் வசிக்கிறார்.

இந்நூலின் மொழிபெயர்ப்புக்கு 'யாளி திட்டம்' நல்கை வழங்கியுள்ளது.

இந்திய மொழிகளுக்கிடையிலும் இந்திய மொழிகளிலிருந்து அயல் மொழிகளுக்கும் மேற்கொள்ளப்படும் மொழிபெயர்ப்புகளை சங்கம் அமைப்பின் யாளி திட்டம் பேணிப் பண்படுத்துகிறது. பதிப்பாளர்களுடனும் செம்மையாக்குநர்களுடனும் (எடிட்டர்) யாளிக்கு இருக்கும் பரவலான தொடர்புகளைப் பயன்படுத்தி இந்த மொழிபெயர்ப்புகளை வெளியிடவும் அவை பரவலாகக் கிடைக்கும்படி செய்யவும் யாளி முயற்சி செய்கிறது.

மொழிபெயர்ப்பாளர்களின் சமூகத்தைக் கட்டமைக்கவும் பதிப்பகங்களின் நூல் வரிசையில் மொழிபெயர்ப்புகளை முன்னிலைப்படுத்தவும் யாளி ஈடுபட்டுவருகிறது. இந்திய மொழிப் படைப்புகளைப் பற்றிய விழிப்புணர்வையும் ரசனையையும் இந்தியாவிலும் அயலிலும் செழுமைப்படுத்த அது முயற்சி செய்கிறது.

விவேக் ஷான்பாக்

காச்சர் கோச்சர்

கன்னடத்திலிருந்து தமிழில்:
கே. நல்லதம்பி

காலச்சுவடு பதிப்பகம்

அன்பார்ந்த வாசகருக்கு,

வணக்கம்.

காலச்சுவடு நூலை வாங்கியமைக்கு நன்றி.

நூலின் உள்ளடக்கம், உருவாக்கம், அட்டைப்படம் இன்ன பிற அம்சங்கள் பற்றிய உங்கள் கருத்துகளையும் ஆலோசனைகளையும் காலச்சுவடு வரவேற்கிறது. தகவல், எழுத்து, வாக்கியப் பிழைகள் தென்பட்டால் அவசியம் தெரிவித்து உதவுங்கள். நூல் தயாரிப்பில் கடும் குறைபாடு இருப்பின் மாற்றுப் பிரதி உங்களுக்குக் கிடைக்கக் காலச்சுவடு ஏற்பாடு செய்யும்.

மின்னஞ்சல்: publisher@kalachuvadu.com

காலச்சுவடு நாகர்கோவில் அலுவலகத்துக்குக் கடிதம் அனுப்பலாம்.

தங்கள்
எஸ்.ஆர். சுந்தரம் (கண்ணன்)
பதிப்பாளர் — நிர்வாக இயக்குநர்

காச்சர் கோச்சர் ◆ நாவல் ◆ ஆசிரியர்: விவேக் ஷான்பாக் ◆ கன்னடத்திலிருந்து தமிழில்: கே. நல்லதம்பி ◆ © விவேக் ஷான்பாக் ◆ முதல் பதிப்பு: டிசம்பர் 2017, திருத்தப்பட்ட மூன்றாம் (குறும்) பதிப்பு: பிப்ரவரி 2020, பதினொன்றாம் பதிப்பு: ஏப்ரல் 2025 ◆ வெளியீடு: காலச்சுவடு பப்ளிகேஷன்ஸ் (பி) லிட்., 669, கே.பி. சாலை, நாகர்கோவில் 629001

kaaccar kooccar ◆ Novel ◆ Author: Vivek Shanbhag ◆ Translated From Kannadam by: K. Nallathambi © Vivek Shanbhag ◆ Language: Tamil ◆ First Edition: December 2017, Revised Third (Short) Edition: February 2020, Eleventh Edition: April 2025 ◆ Size: Demy 1 x 8 ◆ Paper: 18.6 kg maplitho ◆ Pages: 104

Published by Kalachuvadu Publications Pvt.Ltd., 669, K.P. Road, Nagercoil 629001, India ◆ Phone: 91-4652-278525 ◆ e-mail: publications @kalachuvadu.com ◆ Printed at Print Point Offset Printers, Nagercoil 629001

ISBN: 978-93-86820-20-4

04/2025/S.No. 800, kcp 5681, 18.6 (11) ass

முகேஷ்
அர்ச்சனா
அவர்களுக்கு அன்புடன்

காச்சர் கோச்சர்
கன்னட புனைகதை

1

வின்சென்ட், காப்பி ஹௌசில் வெய்ட்டராக இருக்கிறான். அதன் பெயரே காப்பி ஹௌஸ், அவ்வளவுதான். நூறு ஆண்டுகளின் பழைமையான பெயர் மாறாவிட்டாலும் வியாபாரம் மாறி இருக்கிறது. இப்போது அது ஒரு பார் அண்ட் ரெஸ்டாரண்ட். ஆனால் நல்ல காப்பியும் கூட கிடைக்கும் பார் அண்ட் ரெஸ்டாரண்ட். மங்கிய ஒளியில், நெருக்கமான மேசைகளைச் சுற்றி நிறைந்த ஆட்கள் தாங்கள் ஏதோ தவறு செய்வதைப்போல குடிக்கும் இடம் அல்ல அது. அதிகமான காற்று வெளிச்சத்துடன், உயரமான கூரைகளுடன், களியாட்டத்தைப் பற்றி எந்தவொரு குற்ற உணர்வையும் ஏற்படுத்தாத, குடிப்பதை மிக உயர்ந்த நாகரிகமான செயலாகக் காட்சிப்படுத்தும் இடம். ரெஸ்டாரண்டின் சுவருக்குத் தரையிலிருந்து நான்கு அடி உயரத்திற்கு மரப்பலகையைப் பொருத்தியிருக்கிறார்கள். நடுவில் இருக்கும் பெரிய சதுரத் தூண்களுக்குப் பழைய ஒளிப்படங்களை மாட்டி இருக்கிறார்கள். அவற்றில் இந்த நகரம் எவ்வளவு அழகாக இருந்தது என்பதைப் பார்க்கலாம். ஒளிப்படங்களில் தெரியும் அமைதியான காட்சிகளுக்கும் காப்பி ஹௌசுக்கும் விவரிக்க முடியாத ஒற்றுமை இருக்கிறது. காப்பி ஹௌசில் மாலை ஏழு மணிக்கு ஆட்கள் நிறைந்திருக்கும் நேரத்தில் நீங்கள் வெறும் காப்பியைக் குடித்துவிட்டு இரண்டு மணி நேரம் உட்கார்ந்திருந்தாலும் யாரும் எதுவும் சொல்ல மாட்டார்கள். அவர்களுக்குத் தெரியும் – அவ்வளவு நேரமும் அப்படி உட்கார்ந்திருப்பவர்களின் மண்டைக்குள் ஆயிரம் சக்கரங்கள் சுழலும். மேலும் அப்படிச் சுழலும் சக்கரங்கள் அவர்களைச் சும்மா இருக்க விடுவதில்லை என்பதுவும். இன்றல்ல நாளை அவர்களின் தலைக்குள் அடிக்கப்போகும் புயல் காற்றிற்குப் பணிந்துமாற்றமடைவார்கள் – அங்கே மாட்டி இருக்கும் ஒளிப்படங்களில்

தெரியும் அமைதியான, குறைவான இடங்களை இன்று வாங்கிக் குவிக்கும் பேராசைக்கார்கள் மொய்த்துக் கிடக்கும் இடமாக மாறுவதைப்போல.

அது கிடக்கட்டும். புதிராகப் பேசுவது என் நோக்கமல்ல. இந்த வின்செண்ட் விஷயத்திற்கு வருவோம். அவன் உயரமான கருப்பு நிற ஆள். நடுவயதைத் தாண்டியிருந்தாலும் துளியும் கொழுப்பு இல்லாத வாட்டசாட்டமான உடம்பு. அவன் உடுத்தும் வெள்ளைச் சீருடை மீது வண்ணவண்ணத் துணியாலான இடுப்பு வார்கள் கண்ணைப் பறிக்கும். தலைக்கு மேல் வெள்ளை உருமால். அதற்கு ஒரு குஞ்சம் – கிருஷ்ணனின் மயில் இறகைப்போல. அவன் காப்பி கொடுக்கும்போதோ, அல்லது நுரையைக் கட்டுப்படுத்தி பீரை ஊற்றும்போதோ அல்லது நாங்கள் கத்தியால் கட்லட்டை துண்டுசெய்யும்போதோ அபிநயிக்கும் நயம் நாசூக்கைப் பார்த்து புன்னைகைக்கும்போதோ எங்கள் ஆத்மாவிற்குள் ஒருமுறை எட்டிப் பார்ப்பான் என்பது என் அனுபவம். அது மட்டுமல்ல, காப்பி ஹௌசின் எல்லா வாடிக்கையாளர்களைப் பற்றியும் அவனுக்கு ஏதோ சிறப்பான ஒரு தகவல் தெரிந்திருக்கிறது என்பதும் என் எண்ணம். என் மனது நிம்மதி இல்லாத ஒரு நாள் என் முன்னால் காப்பிக் கோப்பையை வைத்துக்கொண்டிருந்த வின்செண்டின் முகத்தைப் பார்க்காமலேயே கேட்டேன்: 'என்ன செய்யட்டும் வின்செண்ட்?'

அவனுக்கு என் பிரச்சினை என்ன என்று சொல்லவில்லை. முன்பின் எதுவும் சொல்லாமலேயே இப்படி ஒரு கேள்வியைக் கேட்டது எனக்கு சங்கடமாக இருந்தது. ஆனால், அவன் அமைதியாக 'விட்டு விடுங்கள் சார்' என்றான். அந்த பதில் ஒப்புக்கு என்றாலும் நான் அதைப்பற்றி மிகவும் யோசித்தேன். பிறகு ஒருநாள் சித்ராவை விட்டு அவள் வாழ்க்கையிலிருந்து வெளியே வந்துவிட்டேன். அங்கிருந்து என் வாழ்க்கை திருமணத்தின் பக்கம் திரும்பி வேறொரு திருப்பத்தை அடைந்தது. எனக்கு அபூர்வ சக்திகளில் நம்பிக்கை இருக்கிறது என்று நினைக்கவேண்டாம். அதற்காக எல்லாவற்றிற்கும் தர்க்கமான காரணங்களை விரும்புபவனும் நானல்ல.

இன்று நான் எப்போதையும் விட அதிக நேரம் காப்பி ஹௌசில் உட்கார்ந்திருக்கிறேன். வின்செண்டுடன் பேச மனது தவித்தாலும் அவனுடைய எதிர்வினையை எப்படி எதிர்கொள்வேன் என்ற தயக்கத்தில் சும்மாயிருந்தேன். இந்த மதிய வேளையில் இங்கே அதிக ஆட்கள் இல்லை. என் பார்வைக்கு நேராக, வீதிப் பக்கம் இருக்கும் சன்னலின் அருகில் இருந்த மேசையில் உட்கார்ந்திருந்த பெண் ஒருத்தி எதையோ எழுதிக்கொண்டிருக்கிறாள். எதிர் மேசையின் மீது இரண்டு

புத்தகங்கள் இருக்கின்றன. திறந்து வைத்த நோட்டுப் புத்தகம் மற்றும் காப்பி கப் இருக்கிறது. ஊதா டி ஷர்ட் அணிந்திருக்கிறாள். தலையைத் தூக்கும்போது தோளிலிருந்து கன்னத்தின் மீது நழுவிவிழும் அவள் முடி கவர்ச்சிகரமாக இருக்கிறது. வாரத்தில் மூன்று நாட்களாவது இங்கே இதே நேரத்திற்கு வருகிறாள். சில சமயம் யாரோ ஒருவன் வருவான், வந்து அவளோடு அமர்ந்துகொள்வான். இருவரும் சேர்ந்து காப்பி குடித்துவிட்டு ஒன்றாகப் போவார்கள். அதே மேசையில், அதே சன்னலுக்குப் பக்கத்தில்தான் நானும் சித்ராவும் உட்கார்வோம். அப்போது அந்த மேசையைச் சிறிது வேறுமாதிரி அடுக்கி வைத்திருந்தார்கள்.

அவள் மற்றொரு வாய் காப்பி அருந்தினாள். இன்று அவளுடைய நண்பன் வருவானோ இல்லையோ என்ற யோசனை என் தலைக்குள் உதிக்கும் நேரத்திற்குச் சரியாக அவன் வாசலில் தெரிந்தான். அவன் வந்து ஆவலுடன் நாற்காலியில் அமர்ந்ததும் நான் பார்வையை அங்கிருந்து விலக்கி வேறுபக்கம் பார்த்தேன். இரண்டு விநாடிக்குப் பிறகு உரத்த குரலில் பேசும் சத்தம் கேட்டது. பார்த்தால் அவள் எழுந்து தனக்கு முன்னால் உட்கார்ந்திருந்த அந்த இளைஞனின் சட்டையைப் பிடித்து படார் படார் என்று கன்னத்தில் அறைந்துகொண்டிருந்தாள். அவன் கைகளை குறுக்கே நீட்டி அடிகளிலிருந்து தப்ப முயற்சி செய்துகொண்டே சமாதானப்படுத்தப் பார்த்தான். புத்தகத்தை எடுத்து வீசினாள். தன் பையை எடுத்து பொத்தென்று போட்டாள். இப்படிச் செய்யும்போது ஏதேதோ வைதுகொண்டிருந்தாள். அது ஆண்வர்க்கத்தையே வசையாடுவது போல இருந்தது. அவனை மறுபடியும் அடிப்பதற்கு அங்கிங்கும் பொருட்களைத் தேடினாள். அப்போது கிடைத்த சிறிய இடைவேளையில் அவன் நாற்காலியிலிருந்து எழுந்து தப்பி ஓடினான். கையில் எதுவும் கிடைக்காத கோபத்தில், மேசை மீது இருந்த தண்ணீர் கிளாசை எடுத்து அவன் பக்கம் வீசினாள். அது குறி தவறி சுவரின் மீது பட்டு பளீரென்று உடைந்தது. அவன் அங்கிருந்து ஓடிய பிறகு எதுவும் நடக்காதவள் போலச் சிதறியிருந்த பையையும் புத்தகங்களையும் எடுத்து அடுக்கிக்கொண்டாள். பதற்றத்தைக் குறைத்து அமைதியாகக் கண்களை மூடி உட்கார்ந்தாள். ஒரு வேலைக்காரப் பையன் கண்ணாடிச் சில்லுகளைப் பொறுக்கிச் சுத்தப்படுத்தத் தொடங்கினான். மெல்லிய குசுகுசு பேச்சுக் குரல்கள் நின்று அங்கே மௌனம் நிலவியது. உட்கார்ந்திருந்தவர்கள் ஏதோ நாடகக் காட்சியைப் போல அதை எல்லாம் வெறுமனே பார்த்தார்கள். அந்தக் காட்சியின் தொடர்ச்சியைப்போல, வின்சென்ட் அவளுடைய மேசைப் பக்கம் நகர்ந்தான். அவள் தலையைத் தூக்கி அவனைப் பார்த்து ஆர்டர் செய்தாள். அவள்

கேட்கும் முன்பே வின்சென்டுக்கு அது தெரிந்திருந்தது. அவன் அதைத் தயார் செய்து வைத்திருந்ததைப்போல அவள் சொன்ன மறுவிநாடி பானம் ஒன்றை எடுத்துவந்து அவளின் முன்னே வைத்தான். அது ஜின் டானிக் என்று எனக்குத் தெரியும்.

அவள் முன் கிளாசை வைத்துவிட்டு வந்துகொண்டிருந்தவனை நான் கைவீசி அழைத்தேன்.

‘என்ன ஆச்சு?’

அவன் என் பக்கம் குனிந்து ‘சார், ஒரு கதைக்குப் பல பரிமாணங்கள் இருக்கும்’ என்றான். வேறு யாராக இருந்தாலும் கண்டிப்பாக இந்த வார்த்தைகளைச் சொல்லி இருக்கமாட்டார்கள். அவர்களுக்கு இடையேயான காதல் தோல்வியையோ, அந்த இளைஞனின் நம்பிக்கை துரோகத்தையோ ஊகித்திருப்பார்கள். அல்லது ஒருவேளை அவள் முதல் முறையாகக் குடிக்கும் ஜின் டானிக்கைப் பற்றிகூடச் சொல்லியிருப்பார்கள். ஆனால், இவனுடையது மட்டும் வேதவாக்கு!

வின்சென்ட் இப்படியொரு ரெஸ்டாரண்டில் வெய்ட்டராக இல்லாமல், வேறு கவர்ச்சிகரமான பெயரை வைத்துக்கொண்டு, பளபளக்கும் நீளமான வெள்ளைத் தாடி விட்டுக்கொண்டு, பெரிய மகாலில் வசித்துக்கொண்டு இதே வார்த்தைகளைச் சொல்லி இருந்தால் இலட்சக்கணக்கான மக்கள் கூடியிருப்பார்கள். அப்படிப் பேசும் அவர்களின் வார்த்தைகளுக்கும் வின்சென்ட் பேசும் சொற்களுக்கும் என்ன வேறுபாடு இருக்கிறது? சந்தர்ப்பத்தையும் கேட்பவரின் மனநிலையையும் பொறுத்து அது வடிவம் பெறுகிறது. அப்படிப் பார்த்தால் அவதாரம் எடுத்து வந்தவர்கள் பெரிய பெரிய வார்த்தைகளைப் பேசுவதே இல்லை. அவர்களுடைய எளிய சொற்கள் தரும் மகத்தான பொருள்களைத்தானே பாமர மக்கள் கிரகித்துக்கொள்கிறார்கள்? ஒலிகளின் வலிமை வெடிப்பது, அவை புகும் மனங்களில் தானே? ஆனாலும், கடவுள் எந்த வடிவத்தில் வருவார் என்பதை அறிந்தவர்கள் யார்?

காப்பி ஹௌசுக்கு வருவதற்குக் காரணங்கள் எதுவும் தேவை இல்லை. உண்மை; ஆனாலும் காரணங்களின் சாக்கு இல்லாமல் எந்த வேலையையாவது இந்தக் காலத்தில், இந்த நகரத்தில் செய்யமுடியுமா? அதனால் வீட்டிற்குள் நடக்கும் சின்னச் சின்ன சண்டைகளும் காப்பி ஹௌசுக்கு வர மனதை எளிதாகத் தூண்டிவிடுகின்றன. அது இல்லாவிட்டால் வேறு ஏதாவது ஒன்று. நான் மட்டும் இங்கே வருவதை என் தினசரியின் ஒரு வேலையாகவே வைத்திருக்கிறேன். வின்சென்ட் என்றால் கடவுள் என்று நான் சொன்னதை மறக்காத என் மனைவி சில நேரம் ‘இன்றைக்கு உங்கள் கோயிலுக்குப் போகவில்லையா?’ என்று காப்பி ஹௌசைக் குறித்து எகத்தாளமாகக் கேட்கிறாள் என்றால்

அது என் வாழ்க்கையில் எந்த அளவுக்கு ஒன்றிப்போயிருக்கிறது என்பதை நீங்கள் ஊகிக்கலாம்.

சில சமயம் இரவு படுப்பதற்கு முன், காப்பி ஹௌசின் யோசனை வந்து, இங்கே பேச்சுக்களே இல்லாமல் நடக்கும் அழைப்பிற்காக மனம் தவிக்கும். எப்போது பகல் வரும் எப்போது இங்கே வருவேன் என்ற அதே எதிர்பார்ப்பில் தூக்கம் வந்துவிடும். எப்போது இங்கே வந்தாலும் தெருக் காட்சிகள் கண்ணில் படும் வகையில் ஏதாவது ஒரு மேசையைத் தேர்ந்தெடுத்து உட்காருவேன். அப்போது ஓரிருவரை விட்டால் வேறு யாரும் இருப்பதில்லை. வின்சென்ட் என்னைக் கேட்காமலேயே ஸ்ட்ராங் காப்பியைக் கொண்டுவந்து வைப்பான். அதைக் குடித்தபடி கண்ணாடிச் சுவர்களுக்கு அந்தப் பக்கம் ஓடும் வாகனங்களைப் பார்த்தபடி உட்கார்ந்திருப்பேன். டிசம்பர் மாதக் குளிரைத் தாங்கமுடியாமல் மக்கள் ஸ்வெட்டர்களையும் கோட்டுக்களையும் போட்டுக்கொண்டு நடமாடுவார்கள். கோடைகாலத்தில் உடம்பைத் திறந்துகாட்டும் இன்னும் கவர்ச்சிகரமான ஆடைகள் இருக்கின்றன. அரைமணி நேரத்திற்குப் பிறகு வின்சென்டை அழைத்து அவனுடன் சிறிது நேரம் பேசிவிட்டு, சொல்ல நினைக்கும் பொன்மொழி வாக்கியங்கள் ஏதேனும் இருந்தால் கேட்டுக்கொள்வேன். தலைக்குள் ஏதாவது குழப்பங்கள் இருந்தால் பலகாரங்களுக்கு ஆர்டர் செய்து அவனுடன் இன்னும் சிறிது நேரம் பேசுவேன். சில நேரம் அவனுக்கு நிறைய சொல்லவேண்டும் என்று நினைப்பேன். ஆனால், சொல்லாமலேயே தெரிந்துகொள்ளும் போது சொல்வது எதற்கு என்றும் தோன்றும்? வீடு வாசல் குடும்பம் இப்படி எல்லா பிக்கல் பிடுங்கல்களிலிருந்தும் விடுபட்டு ஓய்வாக இருக்கும் நேரம் இது. இன்று அந்தப் பெண் அந்த இளைஞனை அப்படி விரட்டியடிப்பதைப் பார்த்தபோது என் மனதிற்குள் சித்ரா வந்தாள். மனதிற்குள்ளேயே அவள் என்னை அப்படி அடித்து நொறுக்கியிருக்கலாம். சொல்லாமல் கொள்ளாமல் ஒருநாள் நான் அவளை உதறிவிட்டுப் போனேன். அவள் எப்படிப்பட்ட சுயமரியாதைக்காரி என்றால் இத்தனை வருடங்களில் ஒருமுறைகூட என்னைத் தொடர்புகொள்ள முயற்சி எடுக்கவில்லை. வாரத்தில் மூன்று முறையாவது அவளை மதியம் அந்த சன்னலின் பக்கம் இருக்கும் அதே மேசையில் சந்திப்பேன். பெண்கள் உரிமை அமைப்பு ஒன்றில் பணியாற்றிக் கொண்டிருந்த அவள் அந்த அனுபவங்களைச் சொல்லிக்கொண்டே கடுமையாகிவிடுவாள். ஆண்களைக் குற்றம் சொல்லும் பேச்சுக்கள் என்னைப் பற்றித்தான் என்பதைப்போல வெளிறிப்போவேன். 'டீ போட்டது சரியில்லை என்று அவள் கையை ஒடிப்பதா?', 'பக்கத்து வீட்டில் சாவியைக் கொடுக்காமல்

போய்விட்டாள் என்று கொலை செய்து விடுவதா?' என்று அவள் ஆரம்பிக்கும் கதைகள் மனதைப் பிழிந்து முடியும். டீக்கும், கையை ஒடிப்பதற்கும், சாவிக்கும் கொலைக்கும் தொடர்பில்லை என்று எனக்குத் தெரியும்; ஆனால் சொல்லமுடியாது. டீயும் அல்ல, சாவியும் அல்ல; உறவின் கடைசி இழை ஒரு பார்வைக்கு மட்டுமல்ல சொல்லாத வார்த்தைக்கும் கூட முறிந்துவிடும் என்பதை எப்படிச் சொல்வது என்று தெரியவில்லை. வேறு எதற்கும் வாய்ப்புத் தராமல் இதுபோலான விஷயங்களைப் பேசிக்கொண்டிருந்ததால் எங்களுக்கு இடையே மென்மையானது எதுவும் உருவாகவில்லை என்பது பிறகு எனக்குத் தோன்றியது உண்டு. அப்படி எங்களுக்கு இடையில் எதுவும் இருக்கவில்லை. எதுவும் என்றால் உடல் உறவு. அவள் கையை நான் பிடித்ததில்லை. ஆனால் பிடித்திருக்கலாம். அவள் அறிமுகமான தொடக்கத்தில் அத்தகு ஈர்ப்பின் சிறிய வாய்ப்புகள் அமைந்ததுண்டு. ஆனால், ஒருநாள் சட்டென்று எங்களுக்கு இடையேயான ஏதோ ஒன்று அறுபட்டது. தினமும் குறிப்பிட்ட நேரத்திற்கு காப்பி ஹௌசுக்கு வரும் நான், நேரத்தை மாற்றி மாலை நேரம் வரத்தொடங்கினேன். அதுதான் நடந்தது. பிறகு நாங்கள் ஒருவரையொருவர் பார்த்துக் கொள்ளவில்லை. கடைசி நாள் சித்ராவுடன் நடந்த உரையாடல் எனக்கு நன்றாக நினைவில் இருக்கிறது. அன்று அவள் நடு இரவில் வீட்டை விட்டு துரத்தப்பட்ட ஒரு பெண்ணின் கதையைச் சொன்னாள். பெரிய குடும்பத்து அத்தையே வீட்டு மருமகளை இரவு முழுவதும் குளிரில் வெளியே உட்காரவைத்திருக்கிறாள். உள்ளே கணவன், அத்தை, மாமா, நாத்தனார் எல்லாம் இதமாகப் போர்த்திக்கொண்டு படுத்துத் தூங்கிக்கொண்டிருந்தார்கள். தூக்கமில்லாமல் வெளியே குளிரில் நடுங்கிக்கொண்டிருந்த மருமகளுக்கு உள்ளே சன்னலிலிருந்து கணவனின் குறட்டைச் சத்தம் கேட்டதாம். காலையில் பால்காரன் வரும்போது அவமானமாக இருக்கக்கூடாது என்று அவள் பாலுக்காகக் காத்து நிற்பது போல நடித்திருக்கிறாள். விவரமாகச் சொல்லிக் கொண்டே சித்ரா உணர்ச்சிவசப்பட்டாள். பேச்சுவாக்கில் 'அந்த அத்தைக்கும் கணவனுக்கும் சிறைத் தண்டனை வாங்கித் தராமல் விடமாட்டேன்' என்று சபதம் செய்தாள். 'எங்கள் வக்கீலிடம் இந்தக் கேசை விவாதிக்க வேண்டும் அவர் வீட்டிற்குப் போவதற்குள் அவரைப் பிடித்துவிடவேண்டும்' என்று அவசரமாகப் புறப்பட்டு, எப்போதும் போல 'பை அறிவாளி' என்று தோள்மீது மெல்லத் தட்டி, எனக்கு முன்பே காப்பி ஹௌசிலிருந்து வெளியேறினாள். அதுதான் எங்கள் கடைசி சந்திப்பு என்பது எனக்கு அப்போது தெரியுமோ இல்லையோ என்று கிளறப் போனால் ஒன்றும் சரியாக நினைவிற்கு வருவதில்லை. அவள் போன பிறகு நான் ஐந்து நிமிடம் அங்கேயே உட்கார்ந்திருந்தேன்.

மறுநாள் நான் நேரம் தவறினேன். மறுபடியும் அப்படியே தவறிக்கொண்டே இருந்தேன். சித்ரா என்னைப் பற்றி வின்சென்டிடம் விசாரித்திருக்கலாம். அவள் இங்கே இருக்கும் நேரத்தைத் தவிர்த்து நான் காப்பி ஹௌசுக்கு வருவது தெரிந்த பிறகு அவள் என்னைத் தொடர்புகொள்ளும் எண்ணத்தைக் கைவிட்டிருக்கலாம்.

இன்று காப்பி ஹௌசில் உட்கார்ந்து அதை எல்லாம் நினைத்துக்கொண்டிருந்தேன். நான் எப்போதும் போல அமைதியாக இல்லை என்பது எனக்கே தெரியும்போது அது வின்சென்டுக்குப் புரியாமல் போகுமா? பேசவேண்டும் என்ற என் தவிப்பைப் புரிந்துகொண்டவன் போல அவன் தானாகவே என் அருகில் வந்தான். ஆனால், நான் ஒன்றும் சொல்லவில்லை. 'மற்றொரு எலுமிச்சை சோடா கொடு' என்றேன். 'அவ்வளவுதானா' என்பதைப் பேசாமல் கண்ணிலேயே கேட்டுவிட்டுப் போனான். சன்னலுக்குப் பக்கத்திலே உட்கார்ந்திருந்த இளம் பெண் ஓரிரு மடக்கிலேயே கிளாசில் இருப்பதை காலி செய்ய முயற்சித்தாள். புத்தகங்களைப் பையில் திணிக்கத் தொடங்கினாள்.

என் மொபைல் ஃபோன் ரிங்கானது. வீட்டிலிருந்துதான் ஃபோன் வந்திருக்கலாம் என்று நினைத்தேன். என்ன செய்தியோ என்று தவித்தேன். வீட்டுக்குப் போகாமல் முப்பது மணி நேரமானது. ஃபோனை எடுத்துப் பார்த்தால் ஏதோ அறிமுகமில்லாத எண். ஃபோனை எடுத்தேன். யாரோ எனக்கு இன்சூரன்ஸ் விற்க முயன்றுகொண்டிருந்தாள். 'நோ' என்று வெறுப்பாகச் சொல்லி ஃபோனை வைத்தேன்.

வின்சென்ட் கொண்டு வந்த ட்ரேயில் எலுமிச்சை சாறு, உப்பு இருந்த கிளாஸ், ஒரு சோடா பாட்டில் மற்றும் இரண்டு எலுமிச்சம் துண்டுகள். கூடவே ஒரு நீளமான ஸ்பூன். எல்லாவற்றையும் மேசை மீது மெல்ல வைத்து அடுக்கினான். அவனுடைய இடுப்பில் கட்டியிருந்த துணி வாரின் ஒரு சந்திலிருந்து லாகவமாக ஓப்பனரை எடுத்து சோடா பாட்டிலைத் திறந்தான். அவன் அதை கிளாசில் ஊற்றும்போது நுரை பொங்கிக்கொண்டு வந்தது. இன்று அவன் தேவைக்கு அதிகமான நிதானத்துடன் இருந்தான் என்று எனக்குத் தோன்றியது. நான் தயாராகட்டும் என்று காத்திருந்தான் போல. எவ்வளவு மூடிமறைத்தாலும் நான் சொல்வதற்கு ஆர்வமாக இருக்கிறேன் என்பது எனக்கே தெரிந்திருக்கும் போது, எல்லாம் தெரிந்த அவனுக்குத் தெரியாமல் போகுமா, என்ன ?

❍ ❍ ❍

2

எங்களுடையது கூட்டுக் குடும்பம். அதாவது நான் – என் மனைவி, என் அப்பா –அம்மா, என் சித்தப்பா மற்றும் மாலதி – எல்லோரும் ஒரே வீட்டில் இருந்தோம். மாலதி என்றால் என் அக்கா. அவள் கணவனைப் பிரிந்து வந்திருக்கிறாள். அவளை அக்கா என்று அழைக்காமல் மாலதி என்று பெயர் சொல்லி அழைப்பதுதான் வழக்கம். நாங்கள் ஆறு பேரும் ஏன் ஒன்றாக இருக்கிறோம் என்ற கேள்வி எழுவது இயல்பு. கட்டாயங்களை விருப்பமாகக் காட்டிக்கொள்வது குடும்பத்தின் வலிமைகளில் ஒன்று.

என் சித்தப்பா வெங்கடாசலம்தான் எங்கள் குடும்பத்தின் முக்கியமான நபர். வீட்டில் அவர் ஒருவர் மட்டும்தான் சம்பாதிப்பவர். அவருக்கு உழைப்புப் பைத்தியம். இரவு பகல் என்று உழைப்பார். எங்களுக்கு மசாலா பொருட்களின் வியாபாரம். அதன் பெயர் சோனா மசாலா. கேரளாவிலிருந்து மசாலா சரக்குகளைத் தருவித்து, அதை எங்கள் தொழிற்சாலையில் சிறிய பிளாஸ்டிக் பொட்டலங்களாக பேக் செய்து, இந்த நகரத்து பலசரக்குக் கடைகளுக்குப் போடுவது எங்கள் தொழில். என் சித்தப்பாதான் இதைத் தொடங்கியவர். இப்போது எங்கள் வீட்டில் முதல் மரியாதை சித்தப்பாவிற்கு. அவருடைய சாப்பாடு, பலகாரம், அவருடைய வசதி, அவருடைய விருப்பு வெறுப்பு எல்லாம் எங்கள் எல்லோருக்கும் முக்கியம். அவர் ஓய்வில்லாமல் உழைத்தால் எங்களுக்கு மகிழ்ச்சி. அவர் திருமணம் செய்துகொள்ளவில்லை. அந்தக் குறை அவரை வருத்தாமல், இத்தனை சுகமாக இருக்கும்போது இனி இந்த வயதில் திருமணம் எதற்கு என்று அவருக்கு எப்போதும் தோன்றுவது போல நாங்கள் கவனமாகப் பார்த்துக்கொள்வோம். குடும்பத்தில் பணம் சம்பாதிக்கும் ஆணுக்குக்

கிடைக்கும் எல்லா வசதிகளும் அவருக்குக் கிடைக்கிறது: காலையில் அவர் எழுந்த சத்தம் கேட்டவுடன் டீ தயாராகத் தொடங்கும். அவர் குளித்து முடித்தது தெரிந்ததும் தோசைக்கல் அடுப்பில் வைக்கப்படும். குளியலறையில், அவரது அறை மூலைகளில், அவரது கட்டிலின் மீது எங்கேயாவது அவர் துணியை வீசி எறிந்திருந்தாலும் அது துவைக்கப்பட்டு இஸ்திரி செய்து அவர் அறையைச் சேரும். சில சமயம் வேலையின் சாக்கைச் சொல்லி தொழிற்சாலையில் இருக்கும் அவர் அறையிலேயே இரவைக் கழிப்பார். அப்போதெல்லாம் யாரும் எதையும் கேட்க மாட்டோம். ஒரே ஒருமுறை மட்டும், அதுவும் சமீபத்தில், ஒரு பெண் வீடுவரை வந்து பெரிய ரகளையானது. அப்போது சித்தப்பா வீட்டில் இருந்தார். ஆனால், அவர் வெளியே வரவில்லை. நாங்கள் எல்லாம் அவர் பக்கம் நின்று சண்டைபோடத் தயாராக இருக்கும்போது அவர் ஏன் வெளியே வரவேண்டும்?

அது இப்படி நடந்தது: அன்று ஞாயிற்றுக் கிழமை. காலை ஒன்பது மணி சுமாருக்கு அவள் வந்திருந்தாள். வரும் முன் வீட்டிற்கு முன்பு சிறிது தொலைவில் நின்று காத்திருந்தாள். ஒருவேளை சித்தப்பா வெளியே வந்தால் அங்கேயே அவரை சந்திக்கும் நோக்கம் இருந்ததோ என்னவோ, சும்மா தெருவில் நின்றால் ஆட்களின் கண்ணுக்குப் பட எவ்வளவு நேரமாகும்? அவள் அப்படியே நின்றது, எங்கள் வீட்டின் பக்கம் அவ்வப்போது பார்த்துக்கொண்டிருந்தது என் அம்மாவின் கண்ணில் விழுந்தது. இதை எல்லாம் பிறகு அம்மாவே சொன்னது. இந்தமாதிரி விஷயங்களில் முதலில் சந்தேகம் ஏற்படுவது பெண்களுக்குத்தான். அப்படி அவள் காத்து நின்ற அரைமணி நேரத்தில் நான்கைந்து முறை அம்மா சமையலறை சன்னல் வழியாக அவளைக் கவனித்திருக்கிறார். இந்தப் பெண்ணுக்குத் தகராறு செய்யும் எந்த நோக்கமும் இருக்கவில்லை. சித்தப்பா ஒரு தடவை கண்ணில் பட்டிருந்தால் அத்துடன் சமாதானமாகப் போயிருப்பாளோ என்னமோ, ஆனால் அவர் வெளியே வரவில்லை. அதனால் நேரம் போகப் போக அவளின் ஆதங்கமும் அதிகமாகி எங்கள் வீட்டுப்பக்கம் வந்திருக்கலாம். சிவப்புக் கரைபோட்ட, மெல்லிய பச்சை வண்ண சேலை உடுத்திய அவள் வீதியோரப் பெண் போல இருக்கவில்லை. அவள் கேட்டைத் திறந்து உள்ளே வருவதைப் பார்த்த என் அம்மா உடனே வெளியே வந்தார். அதற்குள் அவள் வீட்டின் முன் வாசலைத் தாண்டி கதவுவரை வந்துவிட்டாள்.

'என்ன வேண்டும்?' என்று அம்மா கேட்டார்.

'இது வெங்கடாசலத்தின் வீடுதானே?' அவள் பேச்சில் தயக்கம் இருந்தது.

'ஆம். நீங்கள் யார்?'

'நான் சுகாசினி, அவர் இருக்கிறாரா?'

'யார் வேண்டும் உங்களுக்கு?'

'அவர்தான் வெங்கடாசலம்… இருக்கிறாரா? அவருடன் பேச வேண்டும்.'

'என்ன வேலை?'

'அவருடன் பேசவேண்டும்?'

'என்ன விசயம்?'

'அவரைத்தான் பார்க்கவேண்டும்.'

அவள் பிடிவாதத்தால் அம்மாவிற்கு அவமானமானாலும் அவளைக் கோபித்துக்கொள்ளும் தைரியம் வரவில்லை. அவளுக்கும் சித்தப்பாவிற்கும் இருக்கும் உறவு எப்படிப்பட்டதோ என்று தெரியாமல், அவரைக் காரணமில்லாமல் வெறுப்பேற்றுவது சரியல்ல என்று தோன்றி 'இருங்கள் அவரை அழைக்கிறேன்' என்று சொல்லி உள்ளே வந்தார். ஆனால், அவளை உள்ளே அழைக்காமல், அங்கேயே வாசலிலேயே நிறுத்தினார். அந்த சில விநாடிகளில் அம்மாவின் தலைக்குள் என்னவெல்லாமோ வந்துபோயிருக்கும் என்று ஊகிப்பது எனக்கொன்றும் சிரமமில்லை. இந்த உரையாடல் நடந்தபோது உள் அறையில் டைனிங் மேசையில் வீட்டின் மூன்று ஆண்கள் உட்கார்ந்து பலகாரம் சாப்பிட்டுக்கொண்டிருந்தோம். வெளியே நடந்த எல்லாப் பேச்சுக்களையும் நாங்கள் கேட்டிருந்தோம். அதுபோலவே உள்ளே சமையலறையில் இருந்த என் மனைவி அனிதாவும் மாலதியும் கேட்டிருந்தார்கள். ஆனால், யாரும் எதையும் கேட்காதது போல நடித்தோம்.

அந்தப் பெண்ணுடன் பேசிவிட்டு அம்மா உள்ளே வரும்போது சித்தப்பாவைப் பார்த்தார். அந்தப் பார்வையிலேயே எல்லாம் இருந்தது. அம்மா வாயைத் திறக்கும் முன்பே சித்தப்பா கையசைத்து சைகையிலேயே, தான் வீட்டில் இல்லை என்று சொல்லும்படி தெரிவித்தார். அவ்வளவுதான். அதுவே போதுமானது. அதுவரை சந்தேகத்துடனும், பயத்துடனும் இதை எல்லாம் பார்த்துக்கொண்டிருந்த என் அம்மாவுக்கு புது பலம் வந்தது. சித்தப்பா எப்படி நடந்துகொள்வாரோ என்று அதுவரை சந்தேகத்துடன் இருந்த எங்களுக்கெல்லாம் இப்போது மனம் தெளிவானது.

அம்மா அதே வேகத்தில் வெளியே வந்தார்.

'அவர் வீட்டில் இல்லை.'

'இருக்கிறார். எனக்குத் தெரியும்.'

'இல்லைன்னு சொல்றனல்ல.'

'அம்மா, அவருக்கு என் பெயரைச் சொல்லுங்கள்.'

"வீட்டில் இருந்தால்தானே உங்கள் பேரைச்சொல்ல முடியும்.'

'இருக்கிறார். எனக்குத் தெரியும்.'

'நான் பொய் சொல்கிறேனா?'

'எனக்குத் தெரியும் அவர் இருக்கிறார். அங்கே நின்றிருந்தபோது நான் சன்னல் வழியாகப் பார்த்தேன். தயவு செய்து அவரை கூப்பிடுங்கள். பேசவேண்டும்.'

'இல்லை என்று எந்த மொழியில் சொல்லவேண்டும்? இல்லை என்றால் இல்லை. அவ்வளவுதான். நீங்கள் போங்கள்.' அம்மாவின் பொறுமை குறைவது குரலில் தெரிந்தது. இத்தனை உறுதியாகப் பொய் சொல்லும் அவர் திறமையைப் பார்த்து நான் அதிர்ச்சியுற்றேன்.

'அவரைப் பார்க்காமல் நான் போகப் போவதில்லை.'

அதற்குள் மாலதி முன் அறைக்குள் போனாள். அவள் துணையால் அம்மாவிற்கு பலம் கூடியது. ஆர்வத்தை அடக்கமுடியாமல், எச்சில் கையைத் தூக்கிக்கொண்டே நானும் மாலதியின் பின்னாலேயே சென்று கதவின் சட்டத்தில் சாய்ந்து நின்றேன்.

பக்கத்திலிருந்து பார்த்தபோது அவளுடைய நெற்றியின் இடது பக்கத்தின் மேலிருந்த காயத்தின் வடு தெரிந்தது. அவள் பச்சை சேலையில் சாம்பல் சதுரக் கோடுகளின் வடிவம் இருந்தது. மாநிறத்து இலட்சணமான பெண். அங்கொன்றும் இங்கொன்றுமாக இளம் நரை இருந்த அடர்த்தியான தலைமுடி. கையில் சிறிய பொட்டலம் இருந்தது. தோளில் ஒரு கருப்பு பர்ஸ்.

'ஏய், போடி வெளியே. கழுத்தப் பிடிச்சு வெளியே தள்ளிருவேன். யாருடி நீ?'

அம்மாவிடமிருந்து இப்படியான பேச்சுக்களை எதிர்பார்க்காத அவள் சிறிது அதிர்ந்தாள். இது கைமீறிப்

போகும் முன்பே நிறுத்திவிடும் நோக்கத்துடன் 'இது அவருக்குப் பிடிக்கும் என்று கொண்டுவந்திருக்கேன். மசூர் பருப்பின் குழம்பு. ப்ளீஸ் அவருக்குக் கொடுத்துவிடுங்கள்.' என்று கையிலிருந்த பிளாஸ்டிக் பையிலிருந்து ஸ்டீல் டப்பாவை வெளியே எடுத்து அம்மாவின் கையில் வைக்க முயன்றாள்.

அம்மாவிற்குக் கோபம் இன்னும் அதிகமானது. 'என்ன இதெல்லாம் . . . எங்க வீட்டில சமைக்கறது இல்லைன்னு நினைக்கிறயா?' என்று டப்பாவை அவள் பக்கம் தள்ளினார். 'அப்படி இல்லைங்க அம்மா . . .' என்று அவள் டப்பாவை அம்மாவின் கையில் திணிக்க முயற்சித்தபோது அம்மா பின்னாடி நகர்ந்தார். இந்தக் குழப்பத்தில் டப்பா தலையில் விழுந்து, அதன் மூடி ஒருபக்கம் தெறித்து உள்ளே இருந்த குழம்பெல்லாம் தரையில் சிந்தியது. அதனுடன் கரம் மசாலாவின் மணம் வீடெல்லாம் பரவியது. மசூர் பருப்பின் குழம்பு சித்தப்பாவிற்கு மிகவும் பிடிக்கும் என்று எங்களுக்கெல்லாம் தெரியும். ஒரு விநாடி அங்கே மௌனம் நிலவியது. அவள் 'அய்யோ, அய்யோ' என்று இயலாமையில் சிந்திய குழம்பின் முன்னால் மண்டியிட்டு உட்கார்ந்தாள். சிவப்பு நிறக் குழம்பு தரையின் சரிவைத் தேடி ஓடும்போது சிறிய சிறிய கருப்பு நிறப் பருப்புகள் மட்டும் அங்கங்கு திட்டுத்திட்டாக நின்றது. சித்தப்பாவின் மீது அவளுக்கு இருந்த அன்பைக் கண்டு நாங்கள் அனைவரும் கரைந்துபோனோம். இப்போது அவர் என்ன செய்வார் என்பது எங்களுக்கு உறுதியாகத் தெரியவில்லை.

அம்மா எந்த வார்த்தைகளையும் பயன்படுத்தத் தயங்காமல் வையத் தொடங்கினார். 'போடி, போடி வெளியே, சிறுக்கி . . .'

சித்தப்பா பலகாரத்தைப் பாதியிலேயே விட்டுவிட்டு, எழுந்து கைகழுவிக்கொண்டு தன் அறைக்குப் போய்விட்டார்.

அவள் கெட்ட வார்த்தைகளைப் பேசவில்லை. அவள் தெருச் சண்டைக்கு வந்தவளல்ல. ஆனால், அவளிடம் தெரிந்த அன்பைக் கண்டு குழம்பிப்போனோம். அந்த பயத்திலேயே ஒருவர் மாற்றி ஒருவர் அவள் மீது எப்படிப் பாய்ந்தோம் என்றால் அவள் விக்கிக்கொண்டே நொந்து உட்கார்ந்துவிட்டாள். அம்மா அவளை 'தேவடியா முண்டை' என்றதும் ஒடுங்கிப்போனதைப் பார்த்தபோது என்றும் யாரும் அவளை அப்படி வைதிருக்கமாட்டார்கள் என்று தோன்றியது. அவள் கௌரவமான குடும்பத்துப் பெண்ணாக இருக்கலாம். அவளைச் சித்தப்பா காப்பாற்ற வருவார் என்ற நம்பிக்கை இருந்தது. ஒருவேளை அம்மாவையும் அதுதான் உறுத்தி இருக்கும். ஆனால், அம்மா தூற்றுவதை நிறுத்தவில்லை. இதுபோன்ற

நேரங்களில் பெண்களை ஆழமாகக் காயப்படுத்துவது பெண்களின் பேச்சுக்கள்தான் என்பது அன்று எனக்குப் புரிந்தது. மாலதியோ அம்மாவோ அத்தனை கொடூரமாக, அதுபோலான வார்த்தைகளைப் பேசுவார்கள் என்பதைக் கற்பனை செய்து பார்க்க இப்போதும் என்னால் முடியாது. தங்கள் எல்லைகளைக் காத்துக்கொள்ளும் நாய்களைப் போல அவர்கள் கத்தினார்கள். ஒருமுறையாவது சித்தப்பாவைப் பார்த்து விடவேண்டுமென்று துடித்தாள். இரு பெண்களும் சொற்களின் கத்திகளால், அவளை நிலத்தில் சாய்த்து உருட்டி குத்திக் குத்தித் தாக்குவதைப்போல எனக்குத் தோன்றியது. அவர்களுடைய ஒவ்வொரு குத்துக்கும் அவள் துடித்தாள். இதற்கு நடுவில், திடீரென்று யாரும் எதிர்பாராமல் அவள் 'வெங்கா ... வெங்கா ... வெளியே வா ...' நான்தான்டா. உன் டுவ்வி' என்று சிறிது கீச்சுக் குரலில் பரிதாபமாகக் கத்தினாள். வாசலுக்கு மறைவாக நின்றிருந்த எங்களைக் கடந்து அவள் பார்வை வீட்டுக்குள் எங்கேயோ அலைந்தது.

இப்போது மறுபடியும் அங்கே மௌனம் சூழ்ந்தது. அவள் பிரம்மாஸ்த்திரத்தையே எய்திருந்தாள். அந்தக் கூவலுக்குச் சித்தப்பா ஓ போட்டு வந்துவிட்டால்? இப்படி பட்டென்று வெளிச்சத்திற்கு வந்த அவர் உறவு எங்களுக்கும் சங்கடமாக இருந்தது. வெங்கா மற்றும் டுவ்வி என்ற செல்லப் பெயர்களும் அந்த ஒருமையும்! அவர் இந்த ஆளுமையை ஏற்றுக்கொண்டாரா? அடுத்த சில விநாடிகள் சிரமமாக இருந்தன. அந்த அழைப்பிற்கு அவர் செவிசாய்ப்பதாக இருந்தால் சட்டென்று வந்துவிடவேண்டும். அதற்குத் தேவை சில விநாடிகள் மட்டுமே. அந்த நேரமும் கடந்துவிட்டது. அவரிடமிருந்து பதில் இல்லை. அவர் பதில் இல்லாததால் அவளுக்கு தன்மானம் தலைதூக்கியது. அவளுடைய காதலின் சூடு தாக்கி எங்கள் வலுவும் சிறிது குறைந்தது. இந்த உறவின் ஆழம் எவ்வளவு என்பது எங்களுக்குப் புலப்படவில்லை. அசையாமல் நின்றிருந்தாலும் அம்மாவின் மின்னல் பார்வை வீட்டுக்குள் ஒரு சுற்று சுற்றிப் பார்த்துவிட்டு வந்தது என் அறிவிற்கு எட்டியது. சித்தப்பா வெளியே வரவில்லை. வரமாட்டார் என்பது எல்லோருக்கும் உறுதியாகத் தொடங்கியது. வென்றோம் என்ற சமாதானத்தில் இந்தத் தகராறை முடித்துக்கொள்ள நாங்கள் தயாரானோம்.

ஆனால், எங்கள் எதிர்பார்ப்பிற்கு விரோதமாக அவள் எழுந்து புறப்பட்டாள். வேகமாக நடந்து தாண்டிய கேட்டை மூடவா என்பதைப்போலப் பின்னால் திரும்பிப் பார்த்தாள். அப்போது அவள் கண்ணில் முகத்தில், வெளிப்பட்ட வெறுப்பை நினைத்தால் எங்கள் முகத்தின் மீது யாரோ காரி

உமிழ்ந்ததைப்போல இருந்தது. இப்படியொரு வீட்டின் கேட்டைத் தொடக்கூட அசிங்கப்பட்டுக் கொண்டவளைப்போல அதை அப்படியே விட்டுவிட்டு, தெருவிற்குள் இறங்கி அரைவிநாடியில் காணாமல் போனாள்.

சித்தப்பாவின் சுவடே இல்லை. அவள் கூவி அழைத்தபோது அவர் வெளியே வந்திருந்தால்? வந்து 'டுவ்வி' என்று அவளை உள்ளே அழைத்திருந்தால்.? அவர் ஏன் அப்படிச் செய்யவில்லை; அவருடைய எந்த முடிவையும் நாங்கள் எதிர்க்க மாட்டோம் என்பது அவருக்குத் தெரியாதா? இப்போது மிஞ்சியது மசூர் பருப்புக் குழம்பின் வாசம். அது எவ்வளவு நறுமணமாக இருந்தது என்றால் அந்த டப்பாவின் அடியில் சிந்தாமல் மீதமிருக்குமானால் ருசிபார்க்கலாம் போல இருந்தது. அம்மா அந்த டப்பாவையும் தூக்கி எறியச் சொன்னார்.

அனிதா மட்டும் இதில் பங்குபெறவில்லை. முணுமுணுத்துக் கொண்டே உள்ளே இருந்தாள். அவளுக்கு இது எல்லாம் அநியாயம் என்று தோன்றியது. அநீதி! ஹா . . . அவள் எப்படிப்பட்ட பைத்தியக்காரி! நம் தலை மீது நாமே கல்லைப் போட்டுக்கொள்வதை நீதி என்பார்களா? அந்தப் பெண்ணை, விரட்டிய வெற்றிக் களிப்பில் இருந்தாலும் அம்மா, மாலதி இருவரும் அனிதாவின் எதிர்ப்பைக் கவனிக்காமல் இல்லை. குடும்பத்திற்குச் சங்கடம் வரும்போது நிபந்தனைகள் இல்லாமல் ஆதரவு தரவேண்டும் என்ற எழுதாத நியதிகளை அவள் முறித்திருந்தாள். அந்தக் கோட்டைத் தாண்டி இருக்கக் கூடாது. தாண்டிவிட்டாள்.

வீட்டில் விசித்திரமான மௌனம் பரவியது. மசூர் குழம்பின் மணத்தால் அந்த மௌனத்தின் சூடு அதிகமானது. அது எங்களை உள்ளேயும் சுடும் அபாயம் இருந்ததால் அம்மா, மௌனத்தை நிலைக்க விடாமல் ஓய்வில்லாமல் பேசத்தொடங்கினார். பேச்சுக்கு யாரும் கிடைக்காமல் வீட்டு வேலைக்காரி சரசாவுடன் அவர் உரையாடல் நடந்தது.

'பார் சரசா, தோசைக்கல்லை எடுக்கும் போது மேல மட்டும் பாத்தாப் போதாது ...அடியையும் பாக்கணும்...அதுவும் வழுவழுன்னு இருக்கும். நான்ஸ்டிக் மாதிரி புதுசா இருக்கேன்னு முதல் நாளே பயன்படுத்தத் தொடங்கினா அவ்வளவுதான்... தோசை எல்லாம் ஒட்டிக்கிட்டு பிஞ்சுபோயிடும். அத பதப்படுத்த ஒரு வழி இருக்கு...எங்க வீட்டில அதை சூட்டடுப்பு மேலே கொஞ்ச நாளைக்கு தினமும் எண்ணெய் தடவி வைப்பாங்க... சில நேரம் வெய்யில்லையும் வைப்பாங்க . . . அப்படி அதை காயவச்சு தேங்கா நார் போட்டு தேச்சுத் தேச்சுக் கழுவுவாங்க...

அது எண்ணெயைக் குடுச்சு குடுச்சு பதமாகறவரைக்கும் அப்படியே செஞ்சுகிட்டு இருப்பாங்க... அது மாவு வழுக்காத அளவுக்குச் சொரசொரப்பாகவும் இருக்கணும், தோசை எடுக்கறப்ப ஒட்டாத அளவுக்கு வழுவழுன்னும் இருக்கணும்... பதம்னா அது.'

இதுபோல தேவையில்லாத விஷயங்களைப் பற்றி சரசாவுடன் பேச்சு தொடரும். சரசா 'ஊம்... ஊம்...' என்று ஊங்கொட்டிக்கொண்டே மறுபடியும் கழுவுவாள். அம்மா அடுப்படியில் இருந்தாலும் அவர் பேச்சு வீடு முழுவதும் கேட்குமளவு சத்தமாக இருக்கும். அவர் வேண்டுமென்றே குரலை உயர்த்தி இருந்தார். பேச்சை நிறுத்தினால் அங்கே மௌனம் சூழ்ந்துவிடுவதை அறிந்த அம்மா தனியாக அதை எதிர்த்துப் போராடிக் கொண்டிருந்தார். சரசாவின் எதிர்வினை சரியாக இல்லை என்று மாலதியைப் பேச்சுக்கு இழுத்தார்.

'மாலதி, அங்க எதுத்த வீட்டுக்கு கோயப்பா வந்தா இங்க வந்து போகச் சொல். மல்லிகைக் கொடி எதுக்கோ வாடிக்கிடக்கு. உரம் போடுன்னு சொன்னா, சும்மா வேரை நோண்டிவிட்டுப் போயிருக்கான். இன்னைக்கு ஞாயித்துக் கிழமை அவன் வருவான்...'

'எந்த வீடும்மா... மீரா வீடா?'

'ஆமா மீராகிட்ட சொல்லிட்டு வந்துரு. அவன் வந்தா அனுப்புவா. உன் பால்கனில வச்சிருக்கற செடியும் வாடுது. வெயில் அடிக்கிற பக்கமா வைக்கலன்னா இப்படித்தான் ஆகும்...'

அப்பா எழுந்து எப்போது அவருடைய அறைக்குப் போனாரோ யாரும் கவனிக்கவில்லை.

நான் சாப்பாட்டு மேசைக்குத் திரும்பி, தோசையின் கடைசித் துண்டை நின்றபடியே வாயில் போட்டுக்கொண்டு கைகழுவப்போனேன். சமையலறையிலிருந்தே என்னை கவனித்துக்கொண்டிருந்த அனிதா, அங்கே வந்ததும் முகத்தைச் சுளித்துக்கொண்டு, முறைத்துப் பார்த்து முணுமுணுத்தபடி, தடதட என்று படியேறி எங்கள் அறைக்குச் சென்ற வேகத்தைப் பார்த்து நான் பின்தொடர்ந்தேன். அவள் கோபம் என் மீது திரும்பியது. 'நான் ஒண்ணும் அவளை வையவில்லையே' என்று விளக்கமளிக்கப் போனேன்.

'ஒரு ஆண் அங்கே சும்மா நின்று பார்த்துக்கொண்டிருந்தால் போதும். நேரடியாகத் திட்டுவதை விட அது கேவலம்...' என்று குத்திக் காட்டினாள். 'அவள் யார் என்ன எதுன்னு

ஒண்ணும் தெரியாம அவ மேல எல்லாரும் பாய்ஞ்சீங்களே. தப்பு அவளுது மட்டுமா? சீ, யாருக்கும் தைரியமில்ல. இருந்தா, அவ பேச்ச கேக்கற பொறுமையையாவது காட்டி இருப்பீங்க. பொம்பளைங்களே பொம்பளைங்களுக்குப் பகையாளிங்க...'

அவள் வாதத்தை மறுப்பது சிரமமானது. ஆனால், எப்படிப்பட்ட நேரத்திலும் சித்தப்பாவைக் காப்பாற்றவேண்டும் என்று அவளுக்கு எப்படி எடுத்துச் சொல்வது என்று எனக்குத் தெரியவில்லை. அப்படி அது எளிதானதும் அல்ல. அதை அவள் புரிந்துகொள்வதற்கு அவள் எங்களுடன் அந்த நாட்களைக் கழித்திருக்கவேண்டும். முழுக் குடும்பமும் ஒரு உடலைப் போல, மொத்தமாக, கட்டிய கம்பியின் மீது நடப்பது போல வாழ்ந்த நாட்கள். அந்த அனுபவம் இல்லாமல் இருப்பதால் இப்போது வெறும் தத்துவத்தின் அடிப்படையில் கேள்விகள் எழுகிறது.

3

வீட்டின் இரண்டாம் முக்கியமான நபர் அப்பா. அவருக்கு சோனா மசாலா கம்பெனியில் பாதிப் பங்கு இருக்கிறது. அது அவருடைய சொந்த உழைப்பின் சம்பாத்தியம். அதனால் அவர் 'உயில்' எழுதாமல் இறந்துவிட்டால் அந்த சொத்து எனக்கும், என் அக்காவிற்கும், அம்மாவிற்கும் பங்கிடப்படும். யாருடனும் அதிகம் பேசாமல், தன் பாட்டுக்குத் தான் இருந்துகொண்டு, காலை மாலை தவறாமல் எங்கோ வெளியே போய் வந்துகொண்டு அவருக்கான தனி உலகத்தை அவர் உருவாக்கிக்கொண்டிருக்கிறார். இந்த வயதில் அவர் மனம் கெட்டு, தான தர்மம் என்ற பைத்தியக்கார வேலைக்குப் போகாமல் நாங்கள் அவரைப் பாதுகாக்கிறோம். அவர் மனம் மகிழ்ச்சியாக இருக்க வேண்டும். வாழ்க்கையின் வெறுமை குறித்து யோசிக்கக் கூடாது என்று விரும்புகிறோம். அதற்காக அவருடைய நாக்குச் சபலம் குறையாதபடி பார்த்துக்கொள்கிறோம். அவர் சொல்லும் பழைய கதைகளைக் கேட்க வேண்டி இருக்கிறது. நாங்கள் கடந்து வந்த அந்தச் சிரமமான நாட்களைத் திரும்பத் திரும்ப நினைத்துக்கொள்வதில் அப்பாவிற்கு என்ன மகிழ்ச்சியோ யாருக்குத் தெரியும்? அவருடைய எஞ்சிய காலத்தைச் சார்ந்த நாங்கள் இந்த நகரத்தில் வாழ்ந்த காலத்தை அசைபோட்டு, அவை எங்கள் மனதை விட்டு அழியாமல் காக்கும் அவருடைய நோக்கம் என்னவென்று எனக்குப் புரிவதே இல்லை. இப்போது எங்களுக்குக் கிடைத்திருக்கும் வசதியான வாழ்க்கைக்கு நாங்கள் தகுதியற்றவர்கள் என்பதைப் போலவே அவர் சிறிது தயக்கத்துடன் அனுபவித்தார். 'செல்வம் பேயைப்போல ஆடக்கூடாது மரத்தைப்போல மெல்ல வளரவேண்டும்' என்பார். அவருக்கு இப்போது எங்களிடம் இருக்கும் பணத்தின் மதிப்பு துச்சமாகத் தெரிந்தது. இதுதான் எங்கள்

ஆதங்கத்திற்கு அடிப்படை. வாய்விட்டுச் சொல்லாவிட்டாலும், எப்போதாவது இந்த மனுசனுக்கு புத்தி பிசகி, அவர் பங்குச் சொத்தை தர்ம காரியங்களுக்கு உயில் எழுதிவைத்துவிட்டு இறந்துவிட்டால் என்ற கவலை எங்களுக்கு இருக்கிறது. இலட்சிய வெறி பிடித்தவர்கள் இதுபோல எதையாவது செய்யத் தயங்கமாட்டார்கள். வீட்டு நட்கள் தெருவுக்கு வந்தாலும் அவர்களுக்கு அது ஒரு சாதனைதான்!

அப்பா டீத்தூள் விற்கும் கம்பெனி ஒன்றில் சேல்ஸ்மேனாக இருந்தார். பெங்களூரைப் போன்ற நகரத்தில் அவர் சம்பளம், எதற்கும் போதவில்லை. சொந்த வீடு இல்லை. ஆனாலும் எங்களுக்குச் சோறும் துணியும் இருந்தன. பழைய துணியாக இருந்தால் என்னவாம், அதாவது இருந்ததே. வடை பாயசம் இல்லாவிட்டாலும் நானும் மாலதியும் பசியோடு படுத்ததில்லை. சித்தப்பாவை மகனைப்போலப் பார்த்துக்கொண்டார். இருப்பதை வைத்து அவரை எப்படியோ பி.காம் வரை படிக்கவைத்தார்.

அப்பாவின் வேலை காலை ஒன்பது மணிக்கு ஆரம்பமானால் இரவு எட்டுமணிக்கு முடியும். அதற்குப் பிறகு கம்பெனி கணக்கை எழுதுவார். பணத்தைச் சரி பார்ப்பார். கடிதங்களுக்குப் பதில்போடும் வேலை இருக்கும். அவர் தினமும் கம்பெனியின் கிடங்குக்குப் போய், அங்கிருந்து டீத்தூள் பொட்டலங்களைச் சிறிய மோட்டார் வண்டியில் ஏற்றிக்கொண்டு, அந்தந்த நாளுக்கு முன்பே முடிவுசெய்த கடை வீதிகளுக்குப் போவார். அங்கே கடைகளுக்கு டீத்தூள் போட்டு, அவர்களிடம் பணத்தை வாங்கிக்கொண்டு தன் பையில் பத்திரமாக வைத்துக்கொள்வார். பணப் பையைத் தோளிலிருந்து மார்பின் மீது குறுக்காகத் தொங்கவிட்டுக்கொண்டு புரோகிதர்கள் பூணூலை அடிக்கடி நீவிக்கொள்வதைப்போல அவ்வப்போது பையைத் தொட்டுப் பார்த்துக்கொள்வார். தான் சேல்ஸ்மேன் என்பதைப் பற்றி அவருக்கு அபாரப் பெருமை. 'சேல்ஸ்மேன்னுனா என்னான்னு நினைச்ச...' என்று அவர் தன் வேலையின் திறமைகளை விவரிக்கும்போதும், கடைகளின் அலமாரிகள் நிறைந்திருந்தாலும் தான் எப்படி அதே சரக்கை விற்றேன் எனச் சொல்லும்போதும் அதைக் கேட்கவேண்டும்போல இருக்கும். நாள் தவறாமல் ஷூவுக்கு பாலிஷ் செய்துகொள்வார். இஸ்திரி செய்யாத சட்டையை ஒருபோதும் போடமாட்டார். வீட்டிலிருந்து புறப்படும்போது பெரிய ஆபீசரைப்போலத் தெரிபவர் வேலை முடித்து இரவு வீடு திரும்பும்போது வெயிலுக்கு வாடிப்போன, பையில் திணித்துவைத்த நசுங்கிப்போன காய்கறிகளைப்போலத் தெரிவார். தூசி படிந்த அவருடைய சோர்ந்த ஷூக்களைப்

பார்த்தாலே போதும் பகல் முழுதும் தெருத் தெருவாக அலையும் அவர் வேலையின் சிரமங்கள் கண்முன் காட்சி தரும்.

இரவு வீட்டுக்கு வந்ததும் அந்த நாளின் கணக்கு முழுவதையும் முடிக்கவேண்டும். வீட்டுக்கு வந்து குளித்துவிட்டு, பைஜாமா பனியன் அணிந்துகொண்டு, டீ குடித்து அவர் மற்றொரு சுற்று வேலைக்குத் தயாராவார். கம்பெனி அனுப்பும் நீளமான தாள்களில் டீ, காப்பித் தூள் விற்ற மொத்தம், மீதப் பணம் இவைகளை எழுதி இருப்பைச் சரிபார்க்கும் வேலை இருக்கும். நடு வீட்டில் பாயை விரித்து, பக்கத்தில் பணப்பை, மற்றொரு பக்கம் ரசீதுப் புத்தகத்தை வைத்துக்கொண்டு, எதிரில் தாள்களைப் பரப்பி வைத்துக்கொண்டு உட்காருவார். சில நேரம் எங்கேயோ கணக்குத் தவறி மறுபடியும் எண்ணுவார். எண்களைக் கூட்டிக் கழிக்கத் திண்டாடுவார். 'ஒரு பைசா ஏறக்குறைய இருக்கக்கூடாது' என்பது எப்போதும் அவர் சொல்லும் டயலாக். கணக்கெல்லாம் சரியான பிறகு நோட்டுக்களை நூலில் கட்டி ஒரு கைப்பையில் போட்டு சாமி மண்டபத்திற்குக் கீழே வைப்பார். மறுநாள் பேங்கிற்குச் சென்று அந்தப் பணத்திற்கு டிடி எடுத்து அதை ரிஜிஸ்டர் போஸ்ட் மூலம் கம்பெனிக்கு அனுப்பிய பிறகுதான் அவருடைய ஒருநாள் வேலை சக்கரம் முழுமையடையும்.

சிறப்பு என்னவென்றால், அவருடைய டீ பொட்டலங்களின் பெயர்களும் அதற்கு கம்பெனி கொடுத்த நூத்தியெட்டுக் கோட் நம்பர்களும் வீட்டில் எல்லோருக்கும் மனப்பாடமாகி இருந்தன. பல நாள் மாலை நானும் மாலதியும் அவருக்கு உதவியாக இருப்போம். ஸ்டாக் ஷீட் என்னும் அந்த நீளமான காகிதத்தின் கீழே கார்பன் அசையாமல் மாலதி ஒருபக்கம் இழுத்துப் பிடிப்பாள். அதில் எண்களை விறுவிறுவென நான் கூட்டுவேன். இரண்டு மூன்று முறை நானே அப்பாவின் தவறை கண்டுபிடித்திருக்கிறேன். அவருடைய கம்பெனி வேலை அவர் ஒருவருடையதாக மட்டும் இருக்கவில்லை. வீட்டிலுள்ள எல்லோரும் அதில் பங்கு கொள்வோம். அம்மாவிடம் அவ்வப்போது கம்பெனிக்காரர்கள் சிலரின் பெயர்களைச் சொல்வது, சேல்ஸ் மேனேஜரை எஸ்எம் என்பது நன்றாக நினைவிருக்கிறது. அவர் கம்பெனியிலிருந்து வரும் காகிதங்களையும், சுற்றறிக்கைகளையும் நாங்கள் எல்லோரும் படிப்போம். அதில் கடைசியாக 'ஹேப்பி சேல்ஸ்' என்று எழுதி இருக்கும். சேல்ஸ் எப்படி ஹேப்பியாக முடியும் என்று நான் மிகவும் குழப்பிக்கொண்டிருந்தேன். மூன்று மாதங்களுக்கு ஒரு முறை அவர் கம்பெனியில் நடக்கும் சேல்ஸ் போட்டிகளில் அவருக்கு என்றும் பரிசு கிடைத்ததாக எனக்கு நினைவில்லை. ஆனால், அவருக்கு எப்போதும் சிறிய சிறிய பொருட்கள் இனாமாகக் கிடைக்கும். அவற்றின்

மகிழ்ச்சியே வேறு. வருடம் ஒருமுறை அவர் சேல்ஸ்மேன் கான்பரன்ஸ் என்று ஏதாவது ஊருக்குப் போவார். அங்கே அவருக்கு கம்பெனியிலிருந்து ஏதாவது சிறப்பு அன்பளிப்பு கிடைக்கும். எங்கள் வீட்டு அலாரம், கடிகாரம், இஸ்திரிப் பெட்டி, டிராவல் பேக் இவை எல்லாம் அங்கிருந்து கிடைத்ததுதான். மாநாட்டிற்குப் போகும் முன் இந்த வருடம் என்ன கொடுப்பார்கள் என்பதைப் பற்றிய கணிப்புகளையும், வதந்திகளையும் அவர் அம்மாவிடம் சொல்வார். ஒருமுறை இப்படிப்பட்ட புரளியை நம்பி நாங்கள் குக்கர் வாங்காமல் அவருடைய கான்பரன்சுக்காகக் காத்திருந்தோம்.

எப்போதோ விற்பனை அதிகமாகி சிறிது அதிகக் கமிஷன் கிடைப்பதை விட்டால் அப்பாவின் சம்பளத்தில் பெரிய மாற்றம் இருக்கவில்லை. இரண்டு பிள்ளைகளின் படிப்பு, சித்தப்பாவின் கல்வி இப்படி நிரந்தரப் பொறுப்புகள் இருந்தன. அதனால் எங்கள் அம்மாவுக்கு அவரிடமிருந்து ஒரு துளி நகை கூடக் கிடைக்கவில்லை. அவர் அதைச் சுட்டிக் காட்டினாலும் நகை வாங்குவது முடியாத காரியம் என்பது அவருக்கும் தெரியும். அப்பாவின் சம்பாத்தியத்தில் வீடு நடக்கும் போது வீட்டில் பண விவகாரத்தில் ஒளிவுமறைவுகள் இருக்கவில்லை. எங்களுக்கு ஒரு புதுத் துணி வேண்டுமென்றால் என்ன விலையில் அப்பாவால் வாங்கிக் கொடுக்கமுடியும் என்பதுவும், அதற்காக எங்கே துண்டுவிழும் என்பதுவும் எங்களுக்கெல்லாம் அத்துப்படி. அதற்காக நிறைவேற்ற முடியாத ஆசைகள் எங்களுக்கு ஏற்படவில்லை. தேர்வுகளே இல்லாததால் ஏமாற்றங்களும் கிடையாது.

ஒருநாள் அவர் கணக்கில் எண்ணூறு ரூபாய் குறைந்திருந்தது. எவ்வளவு தேடியும் அதைக் கண்டுபிடிக்க முடியவில்லை. இப்படி நடப்பது ஏறக்குறைய அதிசயமல்லாததால் ஆரம்பத்தில் நாங்கள் சும்மா இருந்தோம். அவர் மற்றொரு டீ குடித்து கணக்கை மறுபடியும் தொடங்கினார். ஆனால், இரவு பத்து மணியானாலும் கணக்கு சரிவராததால் வீட்டில் எல்லோருக்கும் ஆதங்கம் உண்டானது. அவர் சாப்பிட்டிருக்கவில்லை. கணக்கை சரிக்கட்டிவிட்டுத்தான் வருவேன் என்றார். பிள்ளைகளுக்கு சாப்பாடு கொடு என்றார். நாங்கள் சாப்பிட்டோம். எங்களுடன் சித்தப்பாவும் சாப்பிட்டார். எப்போதும் அவர் அப்பாவின் விவகாரத்தில் தலையிடமாட்டார். ஆனால், அன்று மட்டும் சாப்பிட்டதும் அப்பாவின் பக்கத்தில் உட்கார்ந்துகொண்டு கணக்கைச் சரிபார்க்கத் தொடங்கினார். அப்பா ஒவ்வொரு எண்களாகத் தேடித்தேடி 'முன்னூற்றி எண்பது, எண்ணூற்று ஐந்து, நூற்றி ஐம்பது, பதினாறு, இருநூற்றி எழுபது ...' இப்படி

சொல்லிக்கொண்டே போனார் சித்தப்பா 'ஊம், ஊம் என்று பென்சிலால் குறியிட்டார்.

எல்லாம் மற்றொரு முறை முடிந்தது. ரொக்கப் பணத்தைத் திரும்பவும் எண்ணினார்கள். எவ்வளவு எண்ணினாலும் பணம் குறைந்தது. அம்மா அப்பாவைச் சாப்பிட அழைத்தார். அவர் முணுமுணுத்துக்கொண்டே எழுந்தார். சாப்பிடும் போது கரண்ட் போனது. அம்மா இரண்டு சிம்னி விளக்குகளை ஏற்றி அவர் சாப்பிட்டு முடிக்கும்வரை காத்திருந்தார். ஒரு விளக்கு அவர் முன்னால்; மற்றொன்று நடுவீட்டில் காகிதத்தின் எண்களில் தொலைந்துபோன பணத்தைத் தேடும் சித்தப்பாவின் முன்னால், சிம்னியிலிருந்து மெல்லிய கறுப்புப் புகை மேலே எழுந்தது. 'நீங்கள் எங்கெங்கே போனீர்கள்? தரவேண்டிய யாராவது தராமல் போனார்களா? பணத்தை சரியாக எண்ணி வாங்கினீர்களா? இல்லை பையில் வேறு இடத்தில் வைத்துவிட்டீர்களா? என்று அம்மா கேள்விகள் கேட்டபோது அப்பா கோபித்துக்கொண்டார். வேகமாக வந்து பையைத் திறந்து காலி செய்தார். அப்போது கரண்ட் வந்து லைட் எரிந்தது.

"ஒருமுறை கூட நான் பணத்தை வேறுபக்கம் வைத்ததில்லை. எங்கள் ரமணா சார் டிரெயினிங் அது. பணத்தை எண்ணும் நேரத்தைத் தவிர பணம் கையில் இருக்கக்கூடாது. அது கடைக்காரன் கையில் இருக்கவேண்டும் இல்லை உன் பையில் இருக்கவேண்டும் என்பார். நான் இங்கேதான் வைத்தேன். அது தொலைந்து போக வழியே இல்லை...' என்று சொல்லிக்கொண்டே தேடினார். எவ்வளவு பெரிய தொகை. முன்பின் என ஆனால் அப்பாதான் கையிலிருந்து போட்டு ஈடு செய்யவேண்டும். முக்கியமாக, இரண்டு நாட்களுக்குப் பிறகு எஸ்எம் இங்கே வருகிறார். இந்த நேரத்தில் இப்படி ஆனது அப்பாவிற்கு வேதனையாக இருந்தது. 'அவர் வரும் முன்பு இது சரியாகாவிட்டால் என் கதை முடிந்தது' என்றார்.

பிறகு ஒவ்வொருவராக எல்லோரும் படுத்தோம். எப்போதும் போல நானும் மாலதியும் நடு ஹாலில். மாலதி சீக்கிரம் தூங்கிவிட்டாள். நான் ஒருக்களித்து, தலையணையில் தலைவைத்து, அப்பாவைப் பார்த்துக்கொண்டே படுத்தேன். தூக்கம் சொக்கினாலும் முன்னால் தவிப்புடன் தேடிக்கொண் டிருந்த அப்பாவின் மேல் பரிவு உண்டாகி அவருக்கு எப்படியாவது உதவ வேண்டும் என்று தோன்றியது. அந்த முடிவை நிறைவேற்றும் முன்பே தூக்கம் கண்ணை மூடியது.

மறுநாள் காலை வெளிச்சம் வரும் முன் எனக்கு விழிப்பு வந்து கண்ணைத் திறந்ததும், சித்தப்பாவும் அப்பாவும் பாயின்

மீது பரப்பி வைத்திருந்த கணக்குத் தாள்களுக்கு நடுவில் உட்கார்ந்திருந்தது தெரிந்தது. சமையலறையில் இருந்து பாத்திரங்களின் சத்தம் கேட்டது. போர்வைக்கு வெளியே நீண்டு கொண்டிருந்த என் கால்கள் குளிரத் தொடங்கின. கால்களை மெல்ல உள்ளே இழுத்துப் போர்வைக்குள் கதகதப்பான இடத்தைத் தேடிக்கொண்டு, அவர்களையே பார்த்தபடி படுத்திருந்தேன். இருவரும் எப்போது எழுந்து உட்கார்ந்தார்களா, இல்லை இரவு முழுவதும் இப்படியே இருந்தார்களா எதுவும் தெரியவில்லை. விளக்கு எரிந்து கொண்டிருந்தாலும் எனக்கு விழிப்பு வரவில்லை. இருவரும் மெல்லிய குரலில் பேசிக்கொண்டிருந்தார்கள். மேலும் கீழும் எண்களைக் கூட்டிக் கொண்டிருந்தார்கள். அப்பா மெய்மறந்து சிறிது உரத்த குரலில் 'நீ சொன்னதுதான் சரி... இங்கதான், திருட்டுப்பய கணக்கு... நேத்து ஷீட்டை எடு...' என்றார். சித்தப்பா மடித்துவைத்திருந்த பெரிய தாளைப் பிரித்தார். மறுபடியும் இருவரும் எண்களை முணுமுணுக்கத் தொடங்கினார்கள். அநேகமாக அவருக்கு விட்டுப்போன கணக்கு கிடைத்து விட்டது என்பது அவர்கள் முகங்களில் தெரிந்தது. அவர்கள் முகத்தின் இறுக்கம் தளர்ந்தது. இரண்டு விநாடிகளுக்குப் பிறகு முன்னால் சாய்ந்து உட்கார்ந்திருந்த அப்பா பின்னால் சரிந்து சுவரில் சாய்ந்து கொண்டார். பந்தயத்தின் கடைசி சுற்றுக்குப் பிறகு ஒரேயடியாகப் பெருமூச்சுவிடும் ஓட்டக்காரனைப்போலத் தெரிந்தார். சித்தப்பாவும் குனிந்த தலையை நிமிர்த்தினார். இருவர் முகத்திலும் நிம்மதியான சிரிப்பு தெரிந்தது.

'இது இதுதான் . . . விடு . . . இருபது இரண்டு நாற்பது' என்றார் சித்தப்பா.

'அறுபத்தி நாலு அது எப்படி எண்பத்தி நாலுபோல தெரிஞ்சது. நேத்து ராத்திரி பார்த்தேன்... ஆனா தெரியலே... இப்ப நீ பாத்ததும் கிடைச்சிருச்சு பாரு . . .' என்று அப்பா தன் தம்பியைப் பெருமையாகப் பார்த்தார். அப்படி அவர்கள் ஒருவருடன் ஒருவர் பேசிக்கொண்டதை நான் பார்த்ததே இல்லை. அவர்களுடைய நிம்மதியான உணர்வு சமையலறையில் இருந்த அம்மாவையும் தொற்றிக்கொண்டது போல அவரும் அங்கே வந்து சேர்ந்தார். சுவரில் சாய்ந்து கொண்டு அம்மாவின் பக்கம் முகத்தைத் திருப்பி 'இவன்தான் கண்டுபிடிச்சான்' என்று அப்பா சொன்னதும் அப்போது மூவரும் மெய்மறந்திருந்த அந்த விநாடி எனக்குப் புதுமையானது. அளந்தால் மில்லிசெகண்ட் அளவு இருக்கும் அந்தத் தருணம் எனக்குள் பாதுகாப்பான எண்ணத்தை ஏற்படுத்தியது. 'இன்னொரு டீ போடறேன்' என்று அம்மா உற்சாகமான குரலில் சொன்னார். நான்

எழுந்து உட்கார்ந்தேன். என் தலைக்குப் பக்கத்தில் குறுக்காகப் படுக்கையைப் போட்டுப் படுத்திருந்த மாலதியை எழுப்பினேன். என்ன காரணமாகவே இருக்கட்டும் காலையில் அவளைத் தூக்கத்தில் இருந்து எழுப்புவது பெரிய சாகசம். ஆனால், அந்த நாள் மட்டும் செய்தி காதில் விழுந்ததும் அவள் சட்டென்று எழுந்து உட்கார்ந்தாள். எங்கள் எல்லோருடைய மகிழ்ச்சியும் தீபாவளிப் பண்டிகையின் ஒளியை நினைவுப்படுத்தியது.

அன்று காலை அம்மா அரிசி ரொட்டி செய்தார். அது எங்கள் வீட்டில் எப்போதாவது செய்யும் சிறப்பான பலகாரம். அன்று சட்டினியைத் தாராளமாகப் பரிமாறினார். நடப்பது, ரொட்டி தட்டுவது, தோசைக்கல் முன்னால் அவர் செயல்கள் என எல்லாவற்றிலும் உல்லாசம் தெரிந்தது. ஒரு பெரிய கண்டத்திலிருந்து மொத்தமாகத் தப்பினோம் என்ற உணர்வு எங்களிடம் அதிக நெருக்கத்தை ஏற்படுத்தியது. நாங்கள் நால்வரும் சமையலறையில் தரையில் தட்டின் முன் வரிசையாக அமர்ந்து, அம்மா ஒவ்வொரு ரொட்டியாகத் தட்டுவதை எந்த அவசரமும் இல்லாமல் பார்த்துக்கொண்டே, அரட்டை அடித்துக்கொண்டு, ரொட்டி வரும்போதெல்லாம் நான்கு துண்டுகளாகப் பிரித்துக்கொண்டு நிமிடத்தில் முடித்து எப்போதை விடவும் அதிகமாகவே தின்றோம். எஸ்எம் வருவதற்கு இரண்டு நாள் இருக்கிறது என்று அப்பா நினைத்துக்கொண்டு அவர் பேசுவதை நக்கல் செய்து காட்டினார். ஐந்து நிமிடத்திற்கு ஒருமுறை 'ஆன் இம்பார்டெண்ட் மேட்டர்' என்பதை இழுத்திழுத்துச் சொல்வதை, அவர் உச்சரிப்பின் ஆபாசத்தில் 'ஆன் இம்பார்டண்ட் மேட்டர்; என்பது 'அன்இம்பார்டண்ட் மேட்டர்' என்று கேட்பதையும் சொல்வார். அவர் தன்மைக்கு ஒவ்வாத இப்படியான குறும்புகள் அம்மாவிற்கு அற்பமாகக் கண்டு அவருக்கு எரிச்சல் ஏற்படும். அவர் ஆரம்பித்ததும், 'போதும் நிறுத்துங்க' என்று துண்டிப்பார். அதனால்தான் என்னமோ இதுபோன்ற வேடிக்கை எங்களுக்கு என்றும் சிரிப்பைத் தருவதில்லை. ஆனால், அன்று மட்டும் அவர் வேடிக்கைக்கு நாங்கள் வாய்விட்டுச் சிரித்தோம். மாலதிக்கு வெகு முக்கியமான சங்கதி என்றால் 'அன்இம்பார்டண்ட்' என்று கேட்பதைத் திரும்பத் திரும்பச் சிரிப்பை வரவழைத்தது. சிரிப்பை அடக்கிக்கொண்டு, வாயில் ரொட்டித் துண்டைப் போட்டவள் மறுபடியும் புசுக் என்று சிரித்து, புரை ஏறி, எச்சில் செய்த கையிலேயே அதைத் துப்பினாள். சிரிப்பை அடக்க நினைத்தாலும் அது காரணமில்லாமல் அதிகமானது. 'முதல்ல சாப்பிடு, அப்புறமா சிரிக்கலாம்' என்று அம்மா மகிழ்ச்சியாகவே மிரட்டினார். விளக்கங்களுக்கு அப்பாற்பட்ட

நெருக்கம் அன்று காலை எங்களுக்கு இடையே ஏற்பட்டதால், அவள் சிரிப்பை உற்சாகப்படுத்துவது அவளை ஆதரிக்கும் வகைகளில் ஒன்று என நான் மாலதியின் பக்கம் அடிக்கடி பார்த்தேன்.

○ ○ ○

இது நடந்த இரண்டு நாட்களுக்குப் பிறகு வந்த எஸ்எம் உண்மையாகவும் இம்பார்டண்ட் ஆனார். ஆனால், அப்பாவிற்கு பிடிக்காத செய்தியைக் கொண்டு வந்திருந்தார். நாட்டின் எல்லா இடங்களிலும் விரைவாக மாற்றங்கள் ஏற்பட்டுக் கொண்டிருந்தன. எல்லா கம்பெனிகளும் எல்லா சேல்ஸ்மேன்களுக்கும் விருப்ப ஓய்வு கொடுத்துவிட்டு புதுவிதமான வியாபார முறைகளை கையாளத் தொடங்கினார்கள். இந்தக் கெட்டச் செய்தியை அப்பாவிடம் சொல்வதற்காகவே எஸ்எம் வந்திருந்தார். அது இன்றைப்போல அடிக்கடி வேலையை மாற்றிக்கொள்ளும் வாய்ப்புகள் இருந்த காலம் அல்ல. இருக்கும் வேலையை இழப்பது என்பது வாழ்க்கையின் பெரிய கேடுகாலம் என்று எண்ணப்பட்ட காலம். திடீரென்று எதிர்காலம் மங்கியது போலத் தோன்றியது. ஒரு தனியார் கம்பனியில் வேலை செய்துகொண்டிருந்த சித்தப்பாவின் வருமானமும் பெரிதாக ஒன்றும் இல்லை. அதனால் குடும்பத்தின் சமநிலை தவறிவிட்ட தருணமாகத் தோன்றியது.

எஸ்எம் வருவது மதியம் என்று தெரிந்திருந்தாலும் அன்று அப்பா எப்போதை விடவும் சீக்கிரமே புறப்பட்டார். 'மார்க்கெட் விசிட் இருக்கிறது, வர தாமதமாகலாம்' என்று அவர் புறப்படுவதற்கு முன்பு நான்கு முறையாவது சொல்லி இருக்கலாம். 'இத்தனை வருசம் நான் பாக்காததா. அவர் வர்றதே டார்கெட்டை அதிகப் படுத்தத்தான், வேற எதுக்கு...' என்று புறப்படுவதற்கு முன்பு அடிக்கடி அம்மாவிடம் சொன்னார். அவர் மனதிற்கு இந்தத் துன்பத்தின் அறிகுறி முன்பே தெரிந்திருந்ததோ என்னவோ.

அப்படிச் சொல்லிவிட்டுப்போன அப்பா மாலை சீக்கிரம் வந்தார். நடு வீட்டில் நான் ஹோம்வர்க் செய்துகொண்டு உட்கார்ந்திருந்தேன். ஐந்தரைமணி இருக்குமென்று நினைக்கிறேன். அது அப்பா வீட்டிற்கு வரும் நேரம் அல்ல. உள்ளே வந்தவர் 'குமுதா' என்று அம்மாவை அழைத்தார். அது எப்போதும் போல இருக்கவில்லை. அம்மாவும் மாலதியும் சமையலறையில் இருந்தார்கள். பையைப் பிடித்திருந்த கையை கதவுச் சட்டத்தின் மீது ஊன்றிய அப்பா, நின்றபடியே ஒவ்வொரு காலாகத் தூக்கி ஒரே கையால் லேசை அவிழ்த்து ஷூவைக் கழற்றினார்.

சாக்ஸை கழற்றாமல் நடுவீட்டிற்கு வந்து, படித்துக்கொண்டிருந்த என்னை ஒருமுறை பார்த்து, கையிலிருந்த பையை அங்கே இருந்த நாற்காலியின் மீது அலட்சியமாக வைத்துவிட்டு நேராக உள்ளே போனார். விநாடியில் அம்மா ‘அய்யோ கடவுளே’ என்று மெல்லிய குரலில் அலறியது கேட்டது. என் காதுகள் உள்ளே இருந்தன. ஆனால் தெளிவாக எதுவும் கேட்கவில்லை. உடனே வெளியே வந்த மாலதி உள்ளே நடந்த உரையாடலைச் சுருக்கமாகச் சொன்னாள்: ‘அப்பாவின் வேலை போய்விட்டது. இரண்டு மாதத்தில் ரிடையர் ஆகிறாராம். அதைச் சொல்வதற்காகத்தான் எஸ்எம் வந்திருந்தாராம்.’

இது ஓர் இனிமையான செய்தி அல்ல என்பதைத் தவிர இதன் விளைவுகள் எனக்கும் மாலதிக்கும் உடனே புரியவில்லை. எஸ்எம் இதை அப்பாவிடம் சொல்லும்போது ‘அன்இம்பார்டண்ட் மேட்டர்’ என்றே உச்சரித்திருக்கலாம் என்ற யோசனை என் தலைக்கு வந்தாலும் அதை சொல்லும் நேரமல்ல என்று சும்மா இருந்தேன். அப்பா அடுப்படியில் உட்கார்ந்து டீ குடித்தார். பிறகு ‘பக்கத்தில போயிட்டு வரேன்’ என்று சொல்லி வெளியே எங்கோ புறப்பட்டார். நான் மனமில்லாமல் ஹோம் வர்க்கை முடித்தேன். சிறிது நேரம் சும்மா இருந்த மாலதி ‘யார்றா அவன் எஸ்எம்’ என்று கோபத்தில் முணுமுணுத்துக்கொண்டே உள்ளே போனாள். மறுபடியும் வெளியே வந்து சைகையில் என்னை அழைத்தாள். நான் அவள் பின்னாடியே போனேன். அங்கே சாமி படத்தின் முன்பு அம்மா கண்மூடி கைகூப்பி உட்கார்ந்திருந்தார். சாமிக்கு எதிரில் எண்ணெய் விளக்கைத் தவிர வேறு வெளிச்சம் இருக்கவில்லை. எனக்கு பயமாக இருந்தது. மாலதியின் முகத்தைப் பார்த்தேன். உதட்டின் மீது கையை வைத்து அவள் சத்தம் போடாதே என்று அறிவித்து என் கையைப் பிடித்து உள்ளே அழைத்துப் போனாள்.

வெளியே சென்ற அப்பா வரும்வரை நாங்கள் சாப்பிடவில்லை. அப்பா வந்ததும் ‘சாப்பிடலாமா’ என்று அவசரப்படுத்தி அமைதியாக இருப்பதைப்போல நடிக்க முயன்றார். சாப்பிடும்போது நாங்கள் யாரும் பேசவில்லை. அம்மா மௌனமாகப் பரிமாறினார். அப்பா மட்டும் ஏதேதோ விசயங்களைச் சொல்லத் தொடங்கினார். ‘தீபாவளிக்காக மார்க்கட்டில் போடும் பெண்டாலின் செலவு எவ்வளவு ஆகும் தெரியுமா?’ என்று அவர் சொல்லும்போது நாங்கள் எல்லாம் சும்மா கேட்டுக்கொண்டிருந்தோம். எப்போதையும்விட சம்பந்தமில்லாமல் அதிகம் பேசிக்கொண்டிருந்த அவருடைய பேச்சைக் கேட்டு அம்மா கலங்கினார். அம்மாவின் ஆதங்கத்தைப் புரிந்துகொண்டவர் போல ‘சீக்கிரம் ரிட்டயர் ஆயிட்டேன்னு

வருத்தப்படாதே. இன்னும் ரெண்டே மாசத்தில நான் வேற வேலையத் தேடிக்குவேன். பிஎஃப் பணம் வரும். பென்ஷனும் வரும்...' என்றார். முன்பு எப்போதும் கேட்காதவர் என் பள்ளி விஷயங்களைக் கேட்டார். 'மிட் டர்ம் பரீட்சை எப்போ?' என்றார். இவை எல்லாம் தேவை இல்லாத கேள்விகள் என்று தெரிந்தாலும் நான் பதில் சொன்னேன். அதுமட்டுமல்ல எங்கள் ஸ்போர்ட்ஸ் டே பற்றியும் சொன்னேன் – சித்தப்பா வரும்வரை நேரத்தைப் போக்கவேண்டுமே.

கேட்டின் சத்தத்தால் சித்தப்பா வந்தது தெரிந்ததும் உடனே எங்கள் இடையிலான பேச்சு நின்றது. பாதியிலேயே சாப்பிடுவதை விட்டு எழுந்து போய் மாலதி கதவைத் திறந்தாள். அவர் நேராக உள்ளே வந்தார். எங்களுக்கு நடுவில் செயற்கையான மௌனம் இருந்தது அவருக்குப் புரிந்தது. அவரைப் பார்த்ததும் அம்மா உடனே விக்கி அழுதார். அப்பா முடிந்த அளவு குறைந்த வார்த்தைகளில் செய்தியைத் தெரிவித்தார். இத்தனை நேரம் அடக்கி வைத்திருந்த துக்கம் எல்லாம் பொங்கி வருவதுபோல அம்மா 'இன்னும் எட்டு வருசம் இருந்தது . . .' என்று அழத் தொடங்கினார். 'நீ சும்மா இரு' என்று அப்பா மிரட்டியும் அவர் அழுகை அதிகமானது. கடைசியில் 'அவன் இன்னும் சாப்பிடல, அவனுக்குச் சாப்பாடு போடறயா இல்ல அழுதுகிட்டே உக்காந்திருக்கயா ...குழம்ப சுடவைச்சு அவனுக்குப் பரிமாறு...' என்று அம்மாவிற்கு ஒருவேலையைக் கொடுத்து அழுகையை நிறுத்தினார்.

தட்டை எடுத்துவைத்து சித்தப்பாவிற்குப் பரிமாறும் நேரத்திற்கு அம்மாவின் அழுகை சற்று குறைந்திருந்தது. இனி, செலவை எப்படிக் குறைப்பது என்று அப்போதே அவர் யோசிக்கத் தொடங்கிவிட்டார் என்பது, குழம்பை சூடு செய்ய கேஸுக்குப் பதிலாக ஸ்டவ்வை பற்றவைத்தபோதே தெரிந்தது. அப்படிப் பற்றவைத்துக் கொண்டே 'டீ போட கேசைப் பற்றவைக்கச் சொல்லவேண்டாம். பத்து நிமிசத்தில் ஒண்ணும் குடி முழுகிப்போயிடாது. நாளேல இருந்து ஸ்டவ் தான்' என்றார். 'இன்னும் ரிட்டயர் ஆக ரெண்டு மாசம் இருக்கு' என்ற அப்பாவின் வார்த்தைக்கு 'அதுக்குள்ள பழகிக்க வேணுமல்ல' என்றார்.

நானும் மாலதியும் சாப்பிட்டுவிட்டு கையைக் கழுவிக் கொண்டு வந்து என்றும் போல வெளியே போகாமல், இருவரும் சமையலறையின் வாசலில் ஒருவரை ஒருவர் இடித்துக்கொண்டு நெருக்கமாக உட்கார்ந்தோம். அப்பா மெல்ல சாப்பிட்டுக்கொண்டே எங்கள் யாருக்கும் சொல்லாத செய்திகளைச் சித்தப்பாவிடம் சொல்லத் தொடங்கினார்.

‘இது எனக்கு மட்டுமல்ல. நம்ம சிஸ்டம் முழுதும் மாறிக்கிட்டு வருது. இனி கம்பெனிங்கள்ள சேல்ஸ்மன்கள் இருக்கமாட்டாங்க. எல்லாத்தையும் வெளியாட்களே செய்வாங்க. எல்லோருக்கும் விஆர்எஸ் கொடுக்கிறாங்கலாம் . . .’

புதிய வினியோக முறைகளை அப்பா விவரித்துக் கொண்டிருக்கும் போது ‘யூனியன்காரங்க என்ன சொல்றாங்க?’ என்று சித்தப்பா கேட்டார்.

‘அய்யோ, எங்க இருக்கு யூனியன்? அவங்க எல்லாம் அடங்கி ரொம்ப காலமாச்சு. பணக் கட்டை அவங்க வாயில திணிச்சிருக்காங்க. இப்ப வேற வழியில்ல. கிடைக்கிற பணத்த வாங்கிக்கிட்டு விஆர்எஸ் எடுத்துக்கறதுதான் வழி. பிறகு ஏதாவது வேலை தேடணும் . . . பாக்கலாம் . . .’

‘எல்லா இடத்திலயும் இதான் நடக்குது. கம்பனிங்க எல்லாம் பெரிய பெரிய ஏஜண்டுங்க மூலமா தொழிலை ஆரம்பிச்சிருக்காங்க. உனக்கு அவங்க கிட்டயே வேலை கிடைக்கலாம். எப்படியும் அனுபவம் இருக்கல்ல . . . அவங்க சம்பளம் கூட அதிகமா இருக்குமாமே... என் கலீக் அண்ணனுக்குக் கூட இப்படி நடந்து, இப்ப முதல்ல விட அதிகம் சம்பாதிக்கிறார்...’ என்று சொன்னார். அவர் வார்த்தைகளால் நிலைமை சிறிது லேசாகி எல்லோருக்கும் தைரியம் ஏற்பட்டது.

சித்தப்பா குழம்புச் சோற்றை முடித்து, மோரை தட்டில் ஊற்றிக்கொண்டார், காய்கறி மிச்சங்களையும் தாளித்த கருவேப்பிலையையும் அதனுடன் சேர்த்து விரலால் கலக்கித் தட்டை எடுத்து உறிஞ்சிக் குடித்தார். அங்கங்கே மீதமிருந்த சோற்றுப் பருக்கைகளை விரலால் எடுத்துக்கொண்டே அவர் அந்தப் புதிய தொழில் பற்றிய பேச்சை எடுத்தார். ‘என் மனசில இருக்கற ஒரு விசயத்தை சொல்றேன், இதெல்லாம் நடந்தது நம்ம நல்லதுக்குத்தான்னு தோணுது. நாம இப்ப ஒரு முடிவெடுக்கற நேரம் வந்திருக்கு’ என்றார்.

அவர் பேச்சு மிகவும் புதிராகத் தோன்றியது. ஆரம்பத்தில் அவர் என்ன சொல்கிறார் என்பது யாருக்கும் புரியவில்லை. ஆனால், இதை எல்லாம் முன்பே யோசித்திருக்கிறார் என்பது தெளிவான அவர் பேச்சிலிருந்து தெரிந்தது. அவர் தன் புதிய வியாபார விஷயங்களை சொல்லும்போது நாங்கள் வாய் பிளந்து கேட்டுக்கொண்டிருந்தோம். வேலை மட்டும் செய்து பழகி இருந்த எங்கள் வீட்டில் முதல் முறையாகச் சொந்த பிஸினஸ் பேச்சு அடிபட்டது. அங்கேயே, அதே நாள் சோனா மசாலா கம்பெனி பிறந்தது. எங்கள் குடும்பத்திற்குப் புதிய திருப்பம் வந்த தருணம் அது.

‘எங்கள் கம்பெனி செய்வது இந்த வியாபாரம்தான். எனக்கு இதுல ரெண்டு வருசம் வேலை செஞ்ச அனுபவமிருக்கு. எங்கூட கேரளத்து குறூப் இருக்கான். அவன் எனக்கு உதவுவான். அவனுக்கும் கமிஷன் கொடுக்கலாம் . . . எல்லாம் நல்லா நடந்தா பெரிய லாபம் இருக்கு. எளிதா சொல்லணும்னா குறைஞ்ச விலையில மசாலா சாமான் வாங்கி பேக் செய்து இந்த சிட்டில விக்கறது. அவ்வளவுதான். முதல்ல கேரளாவில இருந்து வாங்கறது . . . பிறகு எங்க குறைஞ்ச விலையில கிடைக்குதோ அங்க இருந்து . . . இது சுமாரா நடந்தாலும் அதிக லாபம் வரும். நம்மகிட்ட சரக்கு இருக்கறப்ப ஏதாவது விலை ஏறுச்சுன்னா லாட்டரிதான் . . .’

சித்தப்பா இப்படித் தன் புதிய தொழில் விவரங்களைச் சொல்லிக்கொண்டிருக்கும் போது நாங்கள் எல்லாம் மந்திரித்து விடப்பட்டவர்களைப் போல ஆனால், சிறிது பயத்துடனேயே கேட்டோம். அவர் அப்பாவிடம் இதை எல்லாம் சொல்லிக் கொண்டிருந்தாலும் எங்களுக்கெல்லாம் சொல்வதுபோலவே இருந்தது. இந்தக் கதை முடிந்தபோது அவர் எச்சில் கை காய்ந்து போயிருந்தது. அம்மா சாப்பிடுவதையே மறந்துவிட்டார்.

ஆனால், இத்தனை பெரிய திட்டம் இருந்தாலும் அவரிடம் பணம் இல்லை. ‘சொந்தப் பணத்தைப் போடாமல் வங்கிகள் கடன் கொடுக்காது . . .’ என்று சொல்லி அவர் கை கழுவப்போனார். அவர் திரும்பிவரும் அந்த சில விநாடிகளில் முடிவெடுத்த அப்பா ‘என் விஆர்எஸ் பணம் பிஎஃப் பணம் ரெண்டும் சேர்ந்து ஒரு இலட்சம் வரும். அதை உனக்குத் தர்றேன். அத வச்சு கடன் வாங்கி ஆரம்பி . . .’ என்று சொல்லி அவரும் கைகழுவ எழுந்தார். சித்தப்பாவிற்குத் தேவை அவ்வளவுதான். தீயை மூட்டப் பொறி தேவைப்பட்டது; ஆனால், தீப்பந்தமே கிடைத்துவிட்டது.

அப்பாவின் அந்த நேர முடிவிற்கும் நாங்கள் ஒன்றாக அந்த நேரம் சமையலறையில் உட்கார்ந்திருந்ததற்கும் ஏதோ தொடர்பு இருப்பதாகவே எனக்கு எப்போதும் தோன்றும். அப்படி இல்லாமல், தனியாக யோசிக்கவிட்டிருந்தால் அவர் அந்த முடிவிற்கு வந்திருப்பாரோ இல்லையோ. அப்பா கைகழுவி வந்தபோது ‘அண்ணா, இந்த பிஸினஸில் நீ பிஃப்டி பர்சண்ட் பார்ட்னர்’ என்று சித்தப்பா சொன்னார். சொன்ன வார்த்தையை அவர் காப்பாற்றினார். இப்படியாக இன்று ‘சோனா மசாலா’ வின் பாதிச் சொத்துக்கு என் அப்பா முதலாளியாக இருந்தார்.

❍ ❍ ❍

4

எங்கள் வீட்டில் இனி இருப்பவர்கள் நாங்கள் மூன்று பேர் – நான், என் அம்மா, மாலதி – மூன்றாம் இடத்தில் இருப்பவர்கள். முதல் இரண்டு இடத்தில் இருக்கும் ஆண்கள் மதிகெட்டு நடக்காமால் இருந்தால் சொத்துக்கு அடுத்த வாரிசுகள் நாங்கள்தான். இந்த மூன்று பேரில் சிறிது அதிக முக்கியத்துவம் அம்மாவிற்குச் சேரவேண்டும். அவர் எந்த நேரத்தில் எந்த உருவம் எடுப்பார் என்பதை ஊகிப்பது சிரமம். குடும்பத்திற்குச் சிரமம் என்றால் அவர் எதை வேண்டுமானாலும் செய்வார். வீடுதான் அவர் உயிர். என் சிறுவயதில் நாங்கள் இருந்த வீட்டில், அங்கே இருந்த எறும்புகளுடன் அவர் செய்த போராட்டத்தை வர்ணித்தால் போதும், அவரைப் பற்றி நிறையத் தெரிந்துகொள்ளலாம்.

எங்கள் பழைய சிறிய வீட்டில் ஐந்து பேர் இருந்தோம். அது பெங்களூரின் கீழ்மத்திய வர்க்கத்தின் புறநகர். வீடுகள் நொறுங்கிவிடுமோ என்ற அளவிற்கு நெருக்கமாக இருந்தன. அப்பா திருமணத்திற்கு முன்பிருந்தே அங்கே இருந்தார். முன் கதவைத் திறந்து நாலடி சிறிய இடத்தைத் தாண்டினால் அடுத்த அடியை நேராகத் தெருவில்தான் வைக்கவேண்டும். எங்கள் வீட்டிற்கு இரயில் பெட்டிகளைப்போல வரிசையாக ஒன்றன் பின் ஒன்றாக அறைகள் இருந்தன. முன்வாசலில் நின்றால் பின் வாசல்வரை பார்க்கலாம். வீட்டு முதல் அறையில் இருந்த மர பெஞ்சின் மீது சித்தப்பா படுத்துக்கொள்வார். அங்கே அவ்வளவுதான் இடம் இருந்தது. அதே பெஞ்சுக்குக் கீழே தான் நாங்கள் செருப்புக்களை விடுவோம். என் முறிந்த கிரிக்கெட் பேட், அக்காவின் குடை எல்லாம் அங்கேதான் இருக்கும். சிலநேரம் சித்தப்பா வேலையிலிருந்து தாமதமாக வந்தால் இரவு சத்தமில்லாமல் வீட்டுக்குள் வர அந்த அறை வசதியாக இருந்தது.

அந்த நேரங்களில் நாங்கள் முன் வாசலைச் சாத்தியிருந்தாலும் கொக்கி போடமாட்டோம்.

இரண்டாம் அறை என்றால் நடு அறையில் நானும் மாலதியும் படுத்துக்கொள்வோம். எங்களுடைய அநேகச் செயல்பாடுகள், அப்பாவின் கணக்கு வழக்குப் புத்தகங்கள், எங்கள் ஹோம்வர்க், சண்டைகள் அத்தனையும் இந்த அறையில்தான். அதன் அடுத்த அறை சிறிது இருட்டாக இருக்கும். அங்கே வீட்டுக்கான அரிசி பருப்புகளை வைத்திருந்தோம். அங்கே ஒரு மூலையில் சாமி. அதே அறைக்குள் அம்மா அப்பா படுத்துக் கொள்வார்கள். காலையில் எங்கள் படுக்கைகளைச் சுருட்டி இந்த அறையில் அடுக்கி வைப்போம். சில நேரம் சாமி படத்திற்கு முன் தீபத்தின் திரி எரிந்து சிறிதாகி அணைந்துவிடும்போது புகையின் சிறப்பான மணம் அந்த அறையில் அவ்வப்போது கமழும். இது எனக்கு மிகவும் பிடித்த வாசம் என்பதால் சாமிக்கு முன் இருக்கும் விளக்கில் எண்ணெய் குறைவது தெரிந்தாலும் நான் நிரப்பமாட்டேன்.

இதற்கு அடுத்தது சமையலறை. இது சிறிது நீளமாக இருந்தது. ஆனால், பின் கதவைத் திறந்தால் குளியலறை. அறைகள் எல்லாம் வரிசையாக இருப்பதால் ஒவ்வொன்றாகக் கடந்து போகவேண்டும். குளியலறையின் பின் பக்கத்துக் கதவைத் திறந்தால் அங்கே எட்டடி காலி இடம், அதற்கு வெளியே கழிவறை இரவு நாங்கள் மூத்திரம் கழிக்க எழுந்து ஒவ்வொரு கதவையும் திறக்கும்போது எத்தனை கவனமாக இருந்தாலும் கொக்கிகள் அலறும் ஒலியைத் தடுப்பது சிரமமாக இருக்கும். இப்படிச் சத்தம் அதிகமாகும் போதெல்லாம் அம்மா கொக்கிகளுக்கு எண்ணெய் போடுவார்.

வீட்டின் இரண்டு பக்கங்களிலும் சன்னல்கள் இருந்தாலும் ஒரு பக்கத்து சன்னல்களை நிரந்தரமாக மூடிவைத்திருப்போம். மற்றொரு பக்கத்து சன்னல்களுக்கு அம்மா மெல்லிய திரைகளைப் போட்டிருந்தார். அந்தப் பக்கத்து வீட்டின் சமையல் வாடை அம்மாவிற்கு ஏனோ எரிச்சலூட்டும். அந்தச் சமையலின் மூக்கைத் துளைக்கும் பூண்டு வாசம் எங்கள் நுகர் உணர்வை ஒடுக்கிவிடும். ஆனால், அந்தப் பக்கத்து சன்னலை மூடினால் வெளிச்சம் வராது என்பதால் பகலில் திறந்தே வைக்கவேண்டி இருந்தது. முன்மாலையிலேயே அம்மா சன்னல்களை மூடிவிடுவார். சின்னச் சின்ன அறைகள்கொண்ட இந்த வீட்டில், சமையலறை அலமாரிகள், கேஸ் அடுப்பு வைத்த மேசை, நடு வீட்டில் இருந்த இரண்டு பச்சை இரும்பு நாற்காலிகளும் வெளி அறையின் பெஞ்சையும் தவிர வேறு எந்தப் பொருட்களும்

இருக்கவில்லை. கட்டில்கள் போட இடமே இருக்கவில்லை. எங்கள் எல்லா வேலைகளும் பாய் மீதுதான்.

எனக்குக் காலையில் எப்போதும் விழிப்பு வருவது அம்மா வீட்டு வாசலைக் கூட்டும் சத்தம் கேட்கும்போதுதான். துடைப்பத்தின் பரபர சத்தம் அலாரம் போல இருக்கும். வீட்டின் முன் கடப்பைக் கல் பதித்த நாலடி நிலத்தைத் தண்ணீர் தெளித்து சுத்தம் செய்து அங்கே சிறிய கோலம் போடுவார். அந்த நேரம் எனக்கு விழிப்பு வரும், குளிராக இருந்தால் இன்னும் சிறிது நேரம் படுத்திருந்து, மறுபடி எழும்போது பலகாரத்தின் மணம் வீட்டை நிறைக்கும். அம்மா வேலை செய்யும் விறுவிறுப்பே தனியானது. நாங்கள் எல்லாம் பள்ளிக்குச் சென்றபிறகு, அப்பாவும் அவர் வேலைக்குச் சென்ற பிறகு அவர் பாத்திரங்களைக் கழுவி, வீட்டைக் கூட்டித் துடைத்து, பிறகு எல்லோருடைய துணிகளையும் துவைப்பார். அக்கா பெரியவாளாக இருந்தாலும் எந்த வேலையும் செய்யமாட்டாள். ஏதாவது சாக்குபோக்குச் சொல்லி தப்பித்துக்கொள்வாள். அடுத்துவரும் வேலைகளை மிக புத்திசாலித்தனமாக ஊகித்து, அந்த நேரத்துக்குக் காணாமல் போய்விடுவாள். குளியல், ஹோம்வர்க், டெஸ்ட், தோழியின் வீடு, கடைசியில் எதுவும் பலிக்கவில்லை என்றால் கக்கூஸ் – இப்படி நழுவிக்கொள்ளும் உபாயங்களைப் பழகி இருந்தாள். இதே விஷயமாக அம்மாவிற்கும் அவளுக்கும் வாக்குவாதம் உண்டாகும்.

சித்தப்பா தன் சிறிய வேலையிலிருந்துகொண்டே கொஞ்ச நஞ்சம் மிச்சப்படுத்தி வீட்டிற்கு சமையல் கேஸ் வாங்கினார். அதனுடன் அடுப்பை வைக்க ஒரு மேசையும் வந்தது. அப்பப்பா, அந்த கேஸ் வந்த நாள் வீட்டில் என்ன கொண்டாட்டம்! அடுப்பையும் சிலிண்டரையும் கொண்டுவந்தவர்கள் சரசரவென்று அதை அடுக்கி அடுப்பைப் பற்றவைத்துக் காட்டிவிட்டுப் போய்விட்டார்கள். அவர்கள் அதை சமையலறைக்கு நடுவிலேயே வைத்துவிட்டுப் போனார்கள். அதற்குத் தகுந்த இடம் எது என்று நாங்கள் அப்போதே முடிவு செய்திருந்தாலும் மறுபடியும் அதையே பேசினோம். அந்தக் காரணங்கள் இல்லாத பேச்சுக்கள் எல்லாம் மகிழ்ச்சியை இன்னும் அதிகமாக்கிக் கொள்வதற்காக. ஐந்து நிமிடத்தில் டீ செய்யலாம் என்பதை அம்மா பத்து முறை சொன்னார். நின்றுகொண்டு செய்தால் சமையல் ருசியாக இருக்காது என்று நையாண்டி செய்தார். 'சீக்கிரம் ஆயிடும்னு அடிக்கடி டீ கேக்கவேண்டாம்' என்று கிண்டல் அடித்தார். கேஸ் சிலிண்டரை கவனமாகத் திறந்து மூடும் வழிகள் விவாதிக்கப்பட்டன. அதற்கு இடையில் அப்பா 'கவனமாக இரு அவசரத்தில நீ எல்லாத்தையும் மறந்திருவ...'

என்று அவர் சொன்ன எச்சரிக்கையை எதிர்க்காமல் அம்மா ஏற்றுக்கொண்டார். அதற்குள்ளாக அக்கம் பக்கத்திலிருந்து நிறைய செய்திகளை சேகரித்திருந்த அம்மா யார்யார் வீட்டில் சிலிண்டர் எத்தனை நாள் வரும் என்ற விவரங்களைச் சொன்னார். 'ரொம்ப அவசரமான சமையலுக்கு மட்டும் பயன்படுத்தினா ரெண்டு மாசத்துக்கு வருமாம். காலியான பிறகும் தலைகீழாக வைத்தால் ஒரு டீ போடுமளவு இருக்குமாம்.' என்றார். முதல் முதலாக அதை எதற்குப் பயன்படுத்தவேண்டும் என்று விவாதம் நடந்து கடைசியில் டீ போட முடிவு செய்யப்பட்டது. என்னை கார மிக்சர் வாங்கிவர கடைக்கு விரட்டினார்கள்.

மனதில் ஒட்டிக்கொண்ட பழைய வீட்டின் நினைவுகளில் எறும்புகளின் தொல்லையும் ஒன்று. அது எப்போது தொடங்கியது என்று எங்களுக்குச் சரியாகத் தெரியாது. முதல்முதலில் அங்கொன்றும் இங்கொன்றும் எனக் கண்ணில் தெரிந்தது பிறகு வீடு முழுவதும் பரவின. எங்கிருந்து வருகின்றன என்பதே தெரியவில்லை ஆனால், எங்கெங்கும் பரவியிருந்த எறும்புகளைக் கட்டுப்படுத்துவது எளிதாக இருக்கவில்லை. அவை எறும்புகள் அல்ல, அந்த உருவத்தில் வந்த துஷ்ட சக்திகள் என்று அம்மா சொல்வார். அவை இரண்டு வகையான எறும்புகளாக இருந்தன. ஒன்று, சுறுசுறுப்பாக ஓடும்; ஆனால், எப்போதாவது மட்டும் வரும் எளிய உடம்பின், மெல்லிய கருப்பு நிறம் கொண்டவை. இவை வரும்போது பெரிய பட்டாளம் போல ஆயிரம் ஆயிரமாக வரும். வழி தவறியவர்களைப் போல அங்குமிங்கும் ஓடிக்கொண்டும் ஒன்றோடு ஒன்று முகத்தை மோதிக்கொண்டும் வேகவேகமாகக் கண்டபடி ஓடும். நம் பொறுமையையும் கருணையையும் சோதிப்பதைத் தவிர அவற்றுக்கு குறிப்பான நோக்கம் கிடையாது. அவை உணவைத் தேடி வந்தவை போல நடந்து கொள்ளவில்லை. அப்படியே சும்மா விட்டால் நிமிடத்தில் சின்னச் சின்ன கூடுகளைக் கட்டிக்கொள்ளும். இவற்றை விளக்குமாற்றால் கூட்டப்போனால் உடனே அதிக சுறுசுறுப்புடன் அதன் பிடியின்மீது பைத்தியம் பிடித்தவர்களைப் போல ஏறி ஓடி, சில நம் கை மீதும் ஏறி பெரிய ரகளை செய்யும். இவற்றுக்கு கடிக்கக் கூட நேரமிருக்காது. சில சமயம் கூட்டம் கூட்டமாகத் தெரியும், அதற்கு மட்டும் தெரிந்த காரணங்களுக்குத் திடீரென்று எங்கள் வீட்டிலிருந்து காணாமல் போகும். அவை அப்படி வருவதும் போவதும் எதற்கு என்பது தெரியவே தெரியாது. ஒருவேளை இவை எங்கள் வீட்டின் வழியாக எங்கேயோ போகின்றன என்று சிலசமயம் எனக்குத் தோன்றும். எதற்காக என்றால் எந்த உணவுப் பொருளும் இல்லாத வெளி அறையின்

சன்னல் விளிம்பில் இவற்றை வரிசையாகப் பார்த்திருக்கிறேன். அப்போது எனக்கு எறும்புகள் உணவுக்காக மட்டுமே சுற்றும் என்ற வார்த்தையில் நம்பிக்கை போய்விட்டது. ஏதோ பெரிய காரியத்தை நிறைவேற்ற அவை போவதுபோல எதையும் கண்டுகொள்ளாமல் சரசரவென்று ஊர்ந்து போகும். ஒரே ஒருமுறை கூட வரிசை முடிந்து, பின்பற்ற யாரும் இல்லாமல் இருக்கும் கடைசி எறும்பை நான் பார்த்ததே இல்லை.

இரண்டாம் வகை மெல்லிய சிவப்பு நிற எறும்புகள் அதி புத்திசாலிகள். அவை வெகு சுறுசுறுப்பாக இல்லாவிட்டாலும், தம் நோக்கங்களில் தெளிவாக இருந்தன. உணவு கிடைக்காத இடங்களில் வெறுமனே திரிந்து காலத்தை விரயமாக்காது. ஆனால், வீட்டில் எங்கேயாவது ஒரு துண்டு விழுந்திருந்தாலும் போதும் அவற்றுக்குத் தெரிந்துவிடும். உடனே ஒருமுனைப்போடு அவை உணவின்மீது பாய்ந்து வரிசையாகப் போய்க்கொண்டே சன்னலின் ஏதாவது ஒரு சந்திலோ, தரையில் அன்றுதான் நம் கண்ணுக்குப் படும் பொந்திலோ நுழைந்து வெளியே வரும். அம்மாவை இவை பைத்தியம் பிடிக்கச் செய்யும். எறும்பின் எச்சிலை நாம் உண்கிறோம் என்ற கற்பனையிலிருந்து விடுபட அம்மாவால் முடியவில்லை. அதனால் சமையல் முடிந்ததும் உணவுகள் நிறைந்த பாத்திரங்களைத் தண்ணீர் நிறைத்த அகல மான தட்டில் வைப்பார். ஆனாலும் சில எறும்புகள் அந்தத் தண்ணீரில் நீந்தி, தாண்ட முயற்சித்து இறக்கும். டப்பாக்களின் மூடியைத் தளர்வாக மூடியிருந்தால், இல்லை பரிமாறப் பயன்படுத்திய கரண்டியை அப்படியே வைத்திருந்தால் – இப்படிப்பட்ட எங்கள் சிறிய மறதியும் கூட இந்த எறும்புகளுக்கு உடனே தெரிந்துவிடும். அது எதற்கு, சாப்பிடும்போது தவறி ஒரு பருக்கை வெளியே விழுந்தால் போதும், அல்லது பரிமாறும் போது குழம்பின் ஒரு சொட்டு தரையில் தவறவிட்டால் போதும் சாப்பிடுவதற்கு முன்பே இரண்டு எறும்புகள் அங்கே கலந்து ஆலோசனை செய்வதைப் பார்க்கலாம்.

நொறுக்குத் தீனியை எடுத்துக்கொண்டு நடு வீட்டில் தின்றுகொண்டிருக்கும் போது எங்களுக்கே தெரியாமல் சில தூள் கீழே விழுந்தால் அங்கே எறும்புகள் ஆஜராகிவிடும். டீக் கோப்பையைத் தரையில் வைத்தால், கோப்பையின் கீழே இருக்கும் டீயால் வட்டமான கறை படியுமல்லவா, அதை அரைவிநாடி துடைக்காமல் விட்டாலே அவை ஆஜர்! சமையலறை மூலையில் சிறிய அம்மியில் சட்டினி அரைத்த பின் அதை சரியாகக் கழுவாமல் விட்டால் அதில் நம் கண்களுக்கும் தெரியாமல் மிஞ்சிய துகள்களுக்கு அவை ஆஜராகிவிடும். தேங்காயைத் துருவிய பிறகு அதன் ஓட்டில் ஒட்டியிருக்கும்

கடைசித் துருவலுக்காக அவை முற்றுகை இடும். தோசை வார்த்த பின், தோசைக்கரண்டியால் தோசைக்கல்லைச் சுரண்டி விளிம்பில் ஒட்டிய துணுக்குக்களைத் தள்ளுவோமல்லவா, அந்தத் துணுக்குகளையும் அவை விடுவதில்லை – தோசைக்கல் சூடு தணிந்தால்போதும் வரிசையாக வந்துவிடும். அதனால் சமைத்ததும் அடுப்படியையும் எல்லாப் பாத்திரங்களையும் அதிக சுத்தமாக வைத்துக்கொள்ளும் பழக்கமும் கட்டாயமும் அம்மாவிற்கு ஏற்பட்டது. எதைக் குடித்தாலும் தின்றாலும், உடனே அந்தப் பாத்திரத்தைக் கழுவி வைக்கவேண்டும். நாங்கள் ஒருபோதும் நினைத்துப் பார்க்காத இடங்களில் அவை தென்படும். எப்போதோ முறுக்கு சாப்பிட்டபோது அதன் சில துகள்கள் என் கம்பாஸ் பாக்ஸில் விழுந்திருந்தது எனக்குத் தெரியவந்ததே இந்த எறும்புகளால்தான்.

எத்தனை முயற்சி செய்தாலும் எங்கள் பலவீனத்தையோ நாங்கள் மெய்மறப்பதையோ நொடியில் பயன்படுத்திக்கொண்டு இவை தென்படுவது எங்களுக்குத் தோல்வியின் எண்ணத்தை ஏற்படுத்திக் கோபம் அதிகரித்தது. ஏதேதோ பொடிகளையும் இரசாயனங்களையும் அம்மா தூவிவிடுவார். எப்போதாவது அதன் புற்றுகள் கண்ணுக்குப்பட்டால் கூட்டின் வாயில் கெமெக்ஸின் பொடியையும் கோதுமை மாவையும் கலந்து தயாரித்த பிசுபிசுப்பான பொருளைத் திணித்துப் பூசி அதற்குச் சமாதி கட்டிவிடுவார். எவ்வளவு சாகுமோ தெரியாது. அவருக்கு மட்டும் நிம்மதியாக இருக்கும். எங்கே போவதென்று யோசித்துக்கொண்டு நிற்கும் ஒற்றை எறும்பை எங்காவது கண்டால் போதும் எங்களுக்கு அது அபாயத்தின் முன் அறிவிப்பைப்போல தோன்றி அதை நசுக்கிப்போடுவது பழக்கமாகிவிட்டது. எங்களுக்கே தெரியாமல் எங்களுக்குள் நுழைந்துவிட்ட இந்தக் கொடூரத்தை முதல் முறையாக எங்கள் கவனத்திற்குக் கொண்டுவந்தவள் அனிதா. அதுவும் நாங்கள் தேன்நிலவிற்குப் போனபோது. காலையில் பெட் டீ குடித்துவிட்டு, ஹோட்டல் அறையின் சன்னல் பக்கமாக நின்றுகொண்டு சூரிய உதயத்தைப் பார்த்துக்கொண்டிருந்தோம். அப்போது அங்கே சன்னலின் சட்டத்தின் மீது எங்கேயோ புறப்பட்ட ஒற்றை எறும்பைப் பார்த்த நான் எப்போதும்போல விரலால் நசுக்கிவிட்டேன். இந்தக் காரணமற்ற கொடுமையால் அவள் கலங்கிப்போனாள். 'எதற்காக அப்படிச் செய்தீர்கள்? அது உங்களை என்ன செய்தது?' என்று நடுங்கும் குரலில் கேட்டுக்கொண்டே அதிர்ச்சியைத் தாங்கமுடியாமல் அழுதுவிட்டாள். ஆனால், எறும்புகளைப் பற்றி இப்படிப்பட்ட கேள்விகளைக் கேட்கும் பழக்கம் எங்கள் யாரிடமும் இல்லை. எங்கள் வீட்டைத் தாக்கிய எறும்புகளின்

மீது பகை தீர்த்துக்கொள்வதைத் தவிர வேறு எதுவும் எங்கள் மனதில் இருக்கவில்லை. ஆனால், அனிதா மட்டும் 'ஒன்றும் செய்யாத எறும்பைப் பாவம் நசுக்கிக் கொன்றுவிட்டீர்களே' என்று வருந்துவதையும், அதன் பின்னணியில் இருக்கும் கொடூரத்தைப் பார்த்து பயப்படுவதையும் நிறுத்தவில்லை. அந்த நாள் சூரிய உதயத்தின் ரம்மியமான அனுபவத்தைப் பகிர்ந்துகொள்வதற்குப் பதிலாக மனிதனின் காரணமற்ற கொடூரத்தைப் பற்றிய சொற்பொழிவைக் கேட்க வேண்டியதாயிற்று. எங்கள் பழைய வீட்டில் எறும்புகளுடன் போராடிய அனுபவம் இருந்திருந்தால் அவளும் கண்டிப்பாக இப்படிச் சொல்லி இருக்கமாட்டாள். தற்காப்பின் சிக்கல்களைப் பற்றி அவளுக்குச் சொல்லப்போனவன் அந்தப் பேச்செல்லாம் எதற்கு என்று தோன்றி, 'சாரி' என்ற ஒற்றை வார்த்தையில் சச்சரவை முடித்துக்கொண்டேன்.

யாரோ சொன்னார்கள் என்று அம்மா வாரத்திற்கு ஒருமுறை வேப்ப இலை புகைபோட்டார். அதற்கென்றே ஒரு பழைய டப்பாவை வைத்திருந்தார். அதன் அடியில் மணல் பரப்பி எரியும் சிவப்புக் கனல்களை வைத்து, மேலே வேப்ப இலையைப்போட்டு புகையை எழுப்புவார். அடர்ந்த புகை எழும் டப்பியை வீட்டு சந்துபொந்துகளில் எடுத்துச் சென்று, வீடு முழுவதையும் புகையால் நிரப்பிவிடுவார். முந்தானையில் மூக்கை மூடிக்கொண்டு கட்டிலுக்குக் கீழே, அலமாரிகளின் பின்னால், சமையலறையின் மூலை முடுக்குகளில் டப்பாவை நுழைப்பார். அதனால் என்ன பலன் உண்டானதென்று எனக்குத் தெரியவில்லை. மொத்தத்தில் அம்மாவின் நோக்கம் வீட்டைக் காப்பாற்றுவது. ஒருநாள் இரவு நான் நடுஇரவு பின்புறம் போக எழுந்தபோது வீட்டு அறைகளின் வரிசைக் கதவுகள் திறந்திருந்தன. பார்த்தால், சமையலறையில் அம்மா இருந்தார். அங்கே சுவரின் பக்கம் முகத்தைக் காட்டி, முழங்கால்களை ஊன்றி, கையில் டார்ச் பிடித்து, எறும்புகள் வரிசையாக புறப்படும் இடத்தைத் தேடிக்கொண்டிருந்தார். தூக்கம் கெட்டு அம்மா போராடும் அந்தக் காட்சி என் மனதில் பதிந்துவிட்டது. இந்த நேரங்கெட்ட நேரத்தில் அவர் எழுந்து அதைத் தேடவேண்டும் என்றால் அது மனதில் எழுந்த கூவலாக இருக்கவேண்டும். அவர் போராட்டம் இப்படி இரவு பகலாக நடந்துகொண்டிருந்தது. யார் யாரிடமோ சொல்லி செல்வாக்கைப் பயன்படுத்தி, முனிசிபாலிட்டி ஆட்களைத் தருவித்து வீட்டைச் சுற்றி ஒருமுறை மருந்து அடிக்கவைத்தார். ஆனால், எறும்புகள் மட்டும் எதற்கும் அசையவில்லை.

எறும்புகளை எங்கள் வாழ்க்கையின் எதிரிகள் என்று நாங்கள் நினைத்ததால் அவற்றைக் கொல்வதில் எங்களுக்கு

எந்தவிதத் தயக்கமும் இருக்கவில்லை. எறும்புகளின் தொல்லையும் எங்களின் தோல்வியும் அதிகமாக அவற்றை ஒழிக்கப் பலவித கொடூரமான வழிகளைக் கண்டுகொண்டோம். எங்கே கண்ணில் பட்டாலும் எறும்புகளைக் கையாலோ, காலாலோ இல்லை அங்கே கிடைக்கும் புத்தகத்தாலோ அடித்து நசுக்கும் பழக்கம் ஏற்பட்டது. எங்கள் கண்களை ஏமாற்றி அவை பலகாரங்களை முற்றுகை இடுவதைப் பார்த்தால் அவற்றைச் சுற்றித் தண்ணீரால் கோடுபோட்டுச் சிறைபிடித்து, அங்கே அவை தலைதெறிக்க ஓடித் தவிப்பதைப் பார்த்து, தண்ணீர்க் கோடுகளை நெருக்கிக்கொண்டே அவற்றை மூழ்கடித்து விடுவோம். அனல் பறக்கும் கனல்களை அவற்றின் பெரிய கூட்டங்களின் மீது உருட்டிச் சுட்டு எரிப்பது மற்றொரு விதமாக இருந்தது. கனலின் சூட்டிற்கு அவை சுருண்டு சிறிய கருப்புத் தூள்களாகிவிடும். கழுவும் பாத்திரத்தில் அவை இருந்தால் பாத்திரம் நிறைய தண்ணீர் ஊற்றி அவற்றை மூழ்கடித்துக் கொன்றுவிடுவோம். இந்தக் கொடூரச் செயல்கள் எங்கள் தினசரியின் எதார்த்தச் செயல்களாக மாறியிருந்தன. தொடக்கத்தில் தனியாக இருக்கும்போது மட்டுமே நடந்த இந்த செயல்கள் இப்போது எல்லோர் முன்னிலையிலும் நடக்கத் தொடங்கியது. எறும்புகளை எங்கள் வாழ்க்கையை அழிக்க வந்த அரக்கர்களைப் போல நாங்கள் நடத்தினோம். வரவர இதை எல்லாம் எதற்காகச் செய்கிறோம் என்பது மறந்துபோய் அது ஒரு நடைமுறை வழக்கமாகிவிட்டது. அப்படி இல்லை என்றால் ஊட்டி ஹோட்டலின் சன்னலில் இருந்த எறும்பை நான் என்னை அறியாமல் நசுக்கி இருக்கமாட்டேன்.

○ ○ ○

நாங்கள் பழைய வீட்டை விட்டுப் புது வீடு புகுந்த நாளை என்றுமே மறக்க முடியாது. பழைய வீட்டை நல்ல வெளிச்சத்தில் பார்த்தது அதை விட்டு வந்த அந்த நாளில்தான்.

அன்று வீட்டின் இரண்டு பக்கங்களின் கதவுகள் எல்லாம் திறந்திருந்ததால் என்றும் பார்க்காத அளவு வெளிச்சம் நிறைந்திருந்தது. சாமான்களை எடுத்துச் செல்ல கோணிப்பைகளையும், அட்டைப் பெட்டிகளையும், சித்தப்பா எடுத்து வந்திருந்தார். பேக்கிங் எல்லாம் ஒரு மணி நேரத்தில் முடிந்துவிட்டது. அவற்றை ஒரு சிறிய டெம்போவில் ஏற்றி அனுப்பினோம். அதன் முன் சீட்டில் அமர்ந்து அப்பா போனார். அன்று வீட்டின் மூலைமுடுக்குகள் எல்லாம் திடீரென்று வெறுமையாகி அம்மணமானதுபோல எனக்குத் தெரிந்தது. அங்குமிங்கும் சேர்ந்திருந்த குப்பை, காலி வீட்டில் ஒளிந்துகொள்ள இடமில்லாமல் கண்ணுக்குப் பட்டது. வீடு

முழுவதும் வெளிச்சமிருந்தாலும் பொருட்களுடன் வீட்டின் உயிரே போய்விட்டதுபோல வீட்டு அறைகள் எல்லாம் சிறிதானது போலத் தோன்றியது. நடுவில் மட்டும் சுத்தமாகக் கண்ட தரையும் சுவரின் விளிம்பும் அழுக்குப் படிந்திருந்தது. சமையல் அறையில் பாத்திரங்களை அடுக்கி வைத்திருந்த அலமாரிக்குப் பின்னால் சின்னச் சின்ன எறும்புக் கூடுகள் தெரிந்தன. இந்தப் பழைய மர அலமாரியை அங்கே எடுத்துச் செல்வது வேண்டாம் என்று அப்பா சொன்னாலும் அம்மா அதை விடவில்லை. வீட்டில் எல்லா இடங்களிலும் முதல் தடவையாக நான் செருப்பு அணிந்து நடந்தேன். நடு வீட்டின் சுவரில் இருந்த விரிசல் இப்போது எடுப்பாகத் தெரிந்தது. வீட்டுச் சுவர்கள் இவ்வளவு அழுக்குப் படிந்திருப்பது எனக்குத் தெரிந்திருக்கவே இல்லை. சின்னச் சின்ன காகிதத் துண்டுகள், குப்பை, சன்னல் மேல் தூசி, காலண்டர் இருந்த சுவரின் இடம் மட்டும் மங்காமல் இருந்தது. வெற்று ஆணிகள், நாற்காலியின் முதுகு அழுந்தி சுவரில் விழுந்த குறுக்குக் கோடு, எண்ணெய் ஈர்த்த பழைய பேப்பர் துண்டு, அடுப்படியில் எங்களுக்குப் பிடித்த வாசம் – இந்த வீட்டில் எதையோ விட்டுச் செல்கிறோம் என்று தோன்றினாலும் என்னவென்று தெரியாமல் நான் கலவரமடைந்தேன். ஒருவேளை அம்மாவிற்கும் இப்படிக் குழப்பம் ஏற்பட்டிருக்கலாம். அவர் வீட்டை விடுவதற்கு முன்பு அதைக் கூட்டிச் சுத்தம் செய்தார். இந்த அடையாளங்களில் எங்கள் தினசரி நிகழ்வுகள் கலந்திருந்தன.

நாங்கள் பக்கத்து வீட்டார்களிடம் சொல்லிக்கொண்டு புறப்பட்டபோது சங்கடமும் பெருமையும் கலந்தே இருந்தன. எங்கள் வளர்ச்சி அக்கம்பக்கம் எல்லோருக்கும் தெரிந்திருந்தாலும் நாங்கள் போகும் புறநகரம், அங்கே எங்கள் சொந்த வீடு போன்ற சங்கதிகள் அவர்களுக்குப் பொறாமையை ஏற்படுத்தியதைப்போல எங்களுக்குள் சங்கடத்தை உண்டுபண்ணியது. அதனால் அம்மா அதை அழுத்தமாகச் சொல்லவில்லை. விடிவதற்குள் வந்த விடிவுகாலம் எத்தனை நாட்களுக்கு என்ற சிறிய உறுத்தல் கூட எங்களுக்கு இருந்தது. ஒவ்வொரு வீட்டிலும் சொல்லி விடைபெறும்போதும் அவர்கள் 'எங்களை மறந்துவிடாதீர்கள்; இங்கே அடிக்கடி வந்துபோங்கள்' என்று சொன்னார்கள். இவர்களை எல்லாம் மறப்போமா என்று அந்த வயதில் எனக்குத் தோன்றியது. ஆனால், இப்போது திரும்பிப் பார்த்தால் அவர்களின் பேச்சு புரிகிறது.

இப்படி ஒவ்வொரு வீட்டாரிடமும் பேசிவிட்டு நாங்கள் புறப்பட்டுப் புது வீடு சேர்ந்தபோது எங்கள் பொருட்களை இறக்கி வைத்துவிட்டு டெம்போ புறப்பட்டுவிட்டது. எல்லா

பொருட்களும் வீட்டில் ஹாலுக்கு நடுவில் போட்டபடியே இருந்தன. இந்த வீடு மிகப் பெரிதாக இருந்தது. மாடி வீடு, ஒவ்வொருவருக்கும் ஒவ்வொரு அறை. புதிய வர்ணத்தின் வாசம் இன்னும் மென்மையாகப் பரவி இருந்தது. இங்கே எல்லாம் வெற்று இடம். எங்கள் ஒரு பெஞ்சு இரண்டு நாற்காலிகள் எதற்கும் போறாது. எங்கள் பழைய வீட்டுப் பொருட்கள் அதிகப் பழையதாகவும், மாசுபட்டதுபோலவும், அறிமுகமில்லாதது போலவும் தெரிந்தன. சித்தப்பா அங்கே ஆறு நாற்காலிகள் கொண்ட டைனிங் டேபிளை வாக்கிப் போட்டிருந்தார். அதைத் தவிர வீட்டில் எதுவும் இருக்கவில்லை. வாங்கும் முன், இந்த வீட்டை நாங்கள் எல்லோரும் இரண்டுமுறை வந்து பார்த்துவிட்டுப் போயிருந்தாலும் இப்போது எங்கள் பொருட்களுடன் இங்கே வசிக்க வந்தபோது அது வேறு மாதிரியாகத் தெரிந்தது.

சமையல் அறையின் இரண்டு பக்ககளிலும் மேடை இருந்த எல்லா வேலைகளையும் நின்றுகொண்டே செய்யவேண்டி இருந்தது. பழைய வீட்டைப்போல உட்கார்ந்து கொண்டு வேலை செய்ய வாய்ப்பில்லை. கேஸ் வைக்கும் மேசையின் தேவை இருக்கவில்லை. அத்தனை பிடிவாதமாக அம்மா எடுத்து வந்த மர அலமாரி இங்கே பொருந்தாது என்பது ஒரே பார்வையில் தெரிந்துவிட்டது. அதை சமையல் அறையின் பின்புறம் வீட்டிற்கு வெளியே வைக்கப்பட்டது. அதற்கு அம்மா ஒன்றும் சொல்லவில்லை. மேசையை ஸ்டோர் ரூமில் வைத்தோம். சித்தப்பா படுத்துக்கொண்டிருந்த பெஞ்சை பால்கனியில் வைத்தோம். ஒரு நாற்காலி என் அறைக்கும் மற்றொன்று மாலதி அறைக்கும் போனது. இப்படிப் பழைய வீட்டுப் பொருட்களை மறைத்துவைக்க முயற்சித்து எல்லாவற்றையும் அங்கங்கே ஒளித்துவைத்தோம். சித்தப்பா வெளியிலிருந்து சாப்பாடு எடுத்து வந்தார். முதன் முதலாக நாங்கள் எல்லோரும் டைனிங் டேபிளில் ஒன்றாக உட்கார்ந்து சாப்பிட்டோம். 'ஹோட்டலில் உட்கார்ந்து சாப்பிடுவதுபோல இருக்கேடா' என்று அப்பா ஜோக் செய்தார். யாரும் சிரிக்கவில்லை. 'எல்லாம் பழகிவிடும்' என்று சித்தப்பா சொன்னார். 'நான் இந்த வீட்டு பர்னிச்சருக்கு என்று பணம் ஒதுக்கி வைத்திருக்கிறேன், நாளையில் இருந்து மாலதியும் அண்ணியும் சேர்ந்து ஒவ்வொன்றாக வாங்கத் தொடங்குங்கள். அங்கே அழைத்துக்கொண்டு போகிறேன். விலையைக் கேட்கவேண்டாம். பணத்தை அவன் என்னிடம் வாங்கிக்கொள்வான் ...' என்ற சித்தப்பாவின் வார்த்தையை நிறைவேற்ற மாலதி உற்சாகத்தைக் காட்டினாள்.

❍ ❍ ❍

5

எங்கள் வீட்டில் எப்போதும் வெடிக்கத் தயாராக இருக்கும் வெடிமருந்தைப்போல இருப்பவள் மாலதி. வீட்டின் பொருளாதார நிலை உயர்ந்ததும் இந்த வெடிமருந்துக்குப் பணத்தின் பொறி தட்டியது. அப்போது அவள் கல்லூரியில் படித்துக்கொண்டிருந்தாள். அதுவரை இறுக்கமான பிடியில் இருந்த பண விவகாரம் திடீரென்று தளர்ந்தது. முக்கியமாகச் சின்னச்சின்ன செலவுகளுக்கும் விளக்கம் கொடுக்கவேண்டிய, கணக்குக் காட்டவேண்டிய கட்டாயம் தவறிவிட்ட தால் ஒருவரை ஒருவர் கேட்காமல் செலவு செய்யத் தொடங்கினோம். நாங்கள் செய்யும் செலவுகள் வீட்டில் யாரிடமிருந்தோ எதையோ பறித்துக் கொள்ளுகிறோம் என்ற உணர்வை அழிக்கத் தொடங்கி, செலவு செய்வது என்பது சொந்த விருப்பமானது. அப்பாவின் பிடி முழுவதுமாக நழுவிவிட்டது. அதுமட்டுமல்ல எங்களுக்கும் எங்களிடம் பிடிப்பு இல்லாமல் போனது.

நாங்கள் புது வீட்டிற்கு வந்து எங்கள் வாழ்க்கையில் புதிய அடி எடுத்து வைத்ததும் அதுவரை இருந்த பரஸ்பர ஆதரவின் தேவை இல்லாமல் போனது. புதிய வீடானதால் வாய்ப்புகள் ஏற்பட்டுச் செலவு செய்யும் பேராசை சிறிது தணிந்தது என்று சொல்லலாம். முதல் சில வாரங்கள் பைத்தியக்காரத்தனமாக வாங்கிக் குவித்தோம். வீட்டிற்குப் பொருட்கள் வாங்க வேண்டும் என்று சொல்லியிருந்த சித்தப்பாவின் வார்த்தையைத் தட்டாமல் மாலதியும் அம்மாவும் கடைப்பிடித்தார்கள்: அவருடைய நண்பரின் கடைக்குச் சென்று கண்டதையும் வாங்கினார்கள். எங்கள் வரவேற்பு அறையில் பெரிய நீளமான சோபா செட்டுகள், வீடு நிறைய ஒன்றுக்கொன்று பொருந்தாத பொருட்கள் குவிந்தன. டீவியும் வந்தது. கட்டில்களும் ட்ரெஸ்ஸிங் டேபிள்களும் அறைகளை

அடைத்தன. வீட்டை அடைத்த அனேகப் பொருட்கள் எங்கள் தினசரி வாழ்க்கைக்குத் தேவையிருக்கவில்லை. அதனால் வீட்டுப் பொருட்களுடன் எங்கள் உணர்வு தளர்ந்து, ஒரு வகையாக அவற்றைப் பற்றிய பற்று இல்லாமல் போனது.

எங்கள் இந்தக் குழப்பங்களைச் சில சமயம் உச்சத்திற்கு எடுத்துச் சென்றவள் மாலதி என்று தோன்றும். அவளுடைய அட்டகாசம், சண்டை, தான்தோன்றித்தனம், திமிர் எல்லாம் எங்கள் புதிய வாழ்க்கை முறையின் தெளிவின்மையை ஏதாவது ஒரு வடிவத்தில் வெளிப்படுத்தியது. அம்மா மாலதியைத் தொடக்கத்திலிருந்தே கட்டுப்பாட்டிற்குள் வைக்க முயன்றார். அவள் நோட்டுப் புத்தகங்களை, பையை அவ்வப்போது இரகசியமாகச் சோதனை செய்வார். மாலதியின் கிளர்ச்சி அவள் பேசும் பேச்சுக்களிலிருந்தும், வீட்டின் எழுதப்படாத நியமங்களை மீறுவதாலும் வெளிப்படும். அவள்தான் முதல் முதலாக ஹோட்டலில் சாப்பிடப் பழகினாள். அப்படி சாப்பிட்டு வந்த நாட்களில் வீட்டில் ஒப்புக்குச் சாப்பிடுவாள். அப்போது அம்மாவுக்கும் அவளுக்கும் தகராறு வரும். முதலில் நாங்கள் ஹோட்டலுக்குப் போவது அதிசயம். பதினைந்து நாட்களுக்கு ஒரு முறை ஞாயிறு மாலை ஹோட்டலில் சாப்பிடும் பழக்கம் இருந்தது. மாலதி மசாலா தோசைக்காகத் தவிப்பாள். ஞாயிறு மாலை சாப்பாட்டிற்குப் பின் அப்பாவிற்குச் சிறிய தூக்கம் போடும் பழக்கம் இருந்தது. அவர் விழிப்பதற்காகக் காத்திருக்கும் நாங்கள் அவர் எழுந்ததும் புறப்பட வற்புறுத்துவோம். தோசை சாப்பிடுவது என்றிருந்தால் அதற்கான பட்ஜட் என்று கணக்குவைத்து அதைமட்டும் சாப்பிட்டுவிட்டு வருவோம். நாங்கள் யாரும் காப்பி குடிக்கமாட்டோம். அது அப்பா அம்மாவிற்கு மட்டும். அதுவும் ஒரு காப்பியை இருவரும் பகிர்ந்துகொள்வார்கள். இரண்டாவது பலகாரம் வாங்கிச் சாப்பிடுவது எப்போதாவது ஒரு முறை. இரண்டாவது பலகாரம் சாப்பிட்ட நாட்களில் அப்பா காப்பியை நாசூக்காகத் தவிர்த்து விடுவார். ஹோட்டல் பலகாரங்கள் எவ்வளவு ருசியாக இருக்கும் என்றால் அதன் பத்துமடங்கு சாப்பிடும் அளவு எங்கள் வயிற்றில் இடம் இருக்கும். சாப்பிட்ட பின் எங்கள் தட்டில் பலகாரத்தின் பசை கூட ஒட்டி இருக்காது. பிளேட் சுத்தமாக இருக்கும். சட்டினியை நக்கித் தீர்ப்போம். ஒருநாள் மாலதி வெளியே பலகாரம் சாப்பிட்டு வந்திருக்கலாம் என்ற சந்தேகத்தில் அம்மா நயமாக விசாரித்தபோது, ‘ஆமாம்மா, வயிறு நிறைய சாப்பிட்டுட்டு காப்பியும் குடிச்சேன்’ என்று திமிரான பதில் வந்தது. அவளுடன் ஒரு வார்த்தை பேசினால் பத்து வார்த்தைகள் கேட்கவேண்டும். அவள் வாயிலிருந்து என்ன

பேச்சு வருமோ என்ற பயத்தில் உரையாடல் நடக்கும். அனிதா என் மனைவியாக வரும்வரை மாலதியின் பேச்சுக்கு எதிர்பேச்சுப் பேசும் தைரியம் யாரிடமும் இருக்கவில்லை. அவளுடைய புத்தி கெட்டால் எதை வேண்டுமானாலும் சாக்காக வைத்துக்கொண்டு சண்டைபோடுவாள். சும்மா 'எங்கே போயிருந்தே?' என்று கேட்டால் போதும் அதை வைத்துக்கொண்டு, 'இந்த வீட்டில் யார் கிட்டயும் கேக்காத கேள்வியை எங்கிட்ட மட்டும் ஏன் கேக்கறீங்க? நீங்க மட்டும் யாருக்கும் பதில் சொல்லவேண்டிய தேவையே இல்லாம எதை வேண்டுமுன்னாலும் செய்யறீங்களே. நீங்க எல்லாம் எங்க போறீங்கன்னு நான் கேக்கறனா என்ன? எம்மேல மட்டும் யாருக்கும் நம்பிக்கையே கிடையாது....' இப்படி எங்கிருந்து எங்கு வேண்டுமென்றாலும் பேச்சைக் கொண்டு போய்விடுவாள்.

பணம் நம்மை ஆட்டிவைக்கும் என்ற பேச்சு பொய்யல்ல. அதற்கும் ஒரு இயல்பு, பலம் இருக்குமோ என்னமோ. குறைவாக இருக்கும்போது நம் கட்டுப்பாட்டிலிருந்து, அதிகமானதும் அதன் வலு பெருகி நம்மையே ஆட்டிப் படைக்கும் என்று தோன்றுகிறது. பணம் எங்களைத் தூக்கிக்கொண்டு சென்று புயலுக்கு நடுவில் போட்டது. மாலதியின் திருமணத்திற்கு .நாங்கள் கைமீறி செலவு செய்திருந்தோம். யாரும் கட்டாயப்படுத்தாவிட்டாலும் கைமீறி செலவு செய்தோம். அதைத் தடுப்பது புயலில் மாட்டிக்கொண்ட எங்களாலும் முடியவில்லை. சுமார் ஒருமாதம் நடந்த இந்த ஊதாரித்தனத்தின் முக்கியப் பங்கு அம்மாவையும் மாலதியையுமே சாரும். அவர்களுக்கு எது தேவை என்பது அவர்களுக்கே தெரிந்திருக்கவில்லை. ஒவ்வொருநாள் ஒவ்வொன்றை வாங்கப் போனார்கள். வீட்டில் இருக்கும்போதெல்லாம் சேலை, நகை, அன்பளிப்பு இவற்றைப் பற்றித்தான் பேச்சு. பெரிய கல்யாண மண்டபத்தையே பிடித்திருந்தோம். திருமண சாப்பாட்டு இலையில் என்ன என்ன இருக்கவேண்டும் என்று கலந்தாலோசிக்க வந்தவனுக்கு அதிர்ச்சி ஏற்படுமளவுக்கு பலகாரங்களைச் சேர்த்தார்கள். சிரோட்டி, போளி, பேணி, ஜிலேபி இப்படி எல்லாவற்றிற்கும் ஊம் போட்டு நான்கு வகை இனிப்பைச் செய்தார்கள். அவன் ஒரு கூட்டின் பெயரைச் சொன்னதும் 'சரி செய்' என்று சொன்னார்கள். திருமண நாள் சாஸ்த்திர சம்பிரதாயங்கள் எல்லாம் முடிந்த பிறகு கடைசிப் பந்தியின், வரிசையின் கடைசியில், அப்பா தனியாகத் தலை குனிந்து உட்கார்ந்து சாப்பிடுவதைப் பார்த்தபோது எனக்கு இவை அர்த்தமற்றவை என்று விளங்கியது. இலை முழுவதும் பல பலகாரங்கள் நிறைந்து வழிந்தன. அவர் பற்றில்லாமல் சாப்பிட்டுக் கொண்டிருந்தார். சாப்பாட்டை முடித்த

விருந்தாளிகள் சாப்பாட்டைப் புகழ்வதைக் கேட்டுக்கொண்டே அம்மா அதே பந்தியின் நடுவில் உட்கார்ந்திருந்தார். அவர் உடம்பின் மீது அதிக நகைகள் இருந்தன. அவள் பக்கத்திலேயே உட்கார்ந்திருந்த மணமக்கள் ஒருவருக்கொருவர் ஜிலேபியை ஊட்டிக்கொண்டு போட்டோ எடுத்துக் கொண்டார்கள்.

மாலதியின் திருமணச் செலவிற்கும் அது முறிந்ததற்கும் சம்பந்தம் கற்பிக்கக்கூடாது. ஆனால், அப்பா சேல்ஸ்மேன் ஆகவே இருந்திருந்தால் தற்போது போலச் சரியாக ஆறுமாதம் கூட குடும்பம் நடத்தாமல் வீட்டிற்கு ஓடிவந்திருக்கமாட்டாளோ என்னவோ. பணத் திமிர் சில கட்டாயங்களைச் சகித்துக்கொள்ளும் வலுவை அவளிடம் குறைத்திருக்கலாம். மாலதியின் கணவன் விக்ரம் கெட்டவன் ஒன்றும் இல்லை. ஆரம்பத்தில் ஏதோ சின்னச் சின்ன சண்டைகள் போட்டு அவ்வப்போது வந்து தங்கிப் போய்க்கொண்டிருந்தவள் பிறகு இங்கேயே அதிகம் தங்கத் தொடங்கினாள். விக்ரம் குடும்பத் தொழிலான சேலை வியாபாரம் செய்துகொண்டிருந்தான். அவனுக்கு ஓய்வு கிடைப்பது ஞாயிறு அன்றுதான். இவளுக்குத் தேவைப்படும்போதெல்லாம் அவளுடன் வரவேண்டும் என்ற பிடிவாதம். இருவருக்கும் இடையில் என்ன நடந்ததோ யாருக்கும் சரியாகத் தெரியாது. 'எப்பப் பாத்தாலும் கடை கடைன்னு கிடக்கறான்...' என்று மாலதியின் முணுமுணுப்பு. அவளுடைய இலட்சிய குடும்பக் கனவில் எப்போதும் உழைக்கும் கணவன் இல்லை. ஆனால், கடையில் உட்காராவிட்டால் அவனுக்கு வேறு வருமானம் கிடையாது. மொத்தத்தில் சிறிய மனவருத்தத்தில் தொடங்கியது இரண்டு ஆண்டுகளில் அவனை விட்டு விலகுமளவிற்கு எட்டியது. சமாதானம் செய்து சேர்த்துவைக்க அன்று மாலதியை அழைத்துக்கொண்டு அப்பா அம்மாவுடன் நானும் போயிருந்தேன்.

நான் அவர் வீட்டிற்குப் போனது ஞாயிறு மதிய நேரம். சுமார் நான்கு மணி இருக்கலாம். நாள் முழுவதும் மேகம் கவிழ்ந்திருந்தது. மாலதி அந்த வீட்டிற்குப் போகாமல் மூன்று மாதமாகி இருந்தது. எங்களை விசாலமான ஹாலில் உட்காரவைத்து விக்ரமும் அவர் அப்பாவும் அது இது என்று ஒப்புக்குக் குசலம் விசாரித்துக்கொண்டு முக்கியமான விஷயத்திற்கு வருவது எப்படி என்று தெரியாமல் தவித்துக்கொண்டிருந்தார்கள். மாலதி உள்ளே சமையல் அறையில் அத்தையுடன் இருந்தாள். அதற்குள் உள்ளே இருந்து படீர் படீர் என்ற சத்தம் கேட்டது. அதன் பின்னாலேயே தஸ்புஸ் என்று மாலதி ஹாலுக்குள் நுழைந்தாள். அவள் பின்னாடியே முழங்கால் வலியால் சிறிது நொண்டிக்கொண்டே வந்த அத்தை 'இவ பண்ண வேலையைப்

பாருங்க... டீ செட் எல்லாத்தையும் உடைச்சு போட்டுட்டா... அவ்வளவு நல்ல செட்...' என்று கோபத்தாலும் இயலாமையாலும் நடுங்கிக்கொண்டே சொன்னார்.

'நீங்க என்ன சொன்னீங்க சொல்லுங்க...' என்று மாலதி சண்டைக்கு நின்றாள்.

'தப்பா என்ன சொன்னேன்? இது புதிய செட்டு இத எதுக்கு எடுத்தன்னு கேட்டேன், அது தப்பாப் போச்சா?' அத்தை குரலை உயர்த்தினார்.

'புதிய செட்டுல எங்க வீட்டுக்காரங்களுக்கு குடுக்கக் கூடாதா? அவுங்களுக்கு ஓட்டை ஒடிசலுலையாக்கணும்?'

'நாங்க பழைய ஓட்ட ஒடிசலை எப்பவும் பயன்படுத்தறது இல்ல. தினசரி தேவைக்கும் நாங்க நல்லதத்தான் பயன்படுத்தறோம். புதுச எடுக்க வேண்டிய தேவை இல்லைன்னு சொன்னேன் அவ்வளவுதான்...'

'அதுக்குத்தான் அது யாருக்கும் வேண்டாமுன்னு உடைச்சுட்டேன்...' மாலதி பிடிவாதமாகச் சொன்னாள்.

'இதத்தான் உங்க அப்பா அம்மா சொல்லிக் கொடுத்திருக்காங்களா?' என்று அவள் அத்தையின் வாயிலிருந்து பேச்சு வந்துவிட்டது. அப்பா அம்மா அங்கே இருப்பது தெரிந்தும் அத்தையிடம் இருந்து வந்த பேச்சு மாலதிக்கு எரிச்சலூட்டியது. 'ஆமா, இதத்தான் சொல்லிக் கொடுத்திருக்காங்க, வேணுமுன்னா கேட்டுப் பாருங்க. இங்கதானே இருக்காங்க, கேளுங்க... கேளுங்க...' என்றாள்.

எல்லாம் கைமீறிப்போனது. அவர் அப்பா அம்மாவைப் பார்த்து 'பாருங்க, நீங்க பாக்கறீங்களே. இப்படிப் பட்டவகூட குடும்பம் நடத்தறது எப்படி? ஒரு பேச்சு பேசினா பத்துப் பேச்சு கேக்கணும்...' என்று சொல்லி உடனே அழ ஆரம்பித்தார்.

அது விக்ரமைத் தூண்டியது. 'நீ எதுக்கு அழுகற அம்மா? அவ என்னான்னு எல்லாருக்கும் தெரிஞ்சிருச்சல்ல. இனி அவ அவங்க வீட்டுக்குப் போகட்டும்...' என்றான். அவன் பொறுமையாகச் சொன்னாலும் அதில் ஆணின் அதிகாரத் தொனி தெளிவாகக் கேட்டது.

அவளுடைய மாமாவும் கோபப்பட்டார். 'நான் இத்தனை வருசம் குடும்பம் நடத்தினாலும் அவளை அழவைக்கவில்லை. இப்ப மருமக வந்ததும் கண்ணில தண்ணி வரவைச்சுட்டாளே...'

மாலதி சும்மா இருப்பாளா என்ன? 'ஆமா நான்தான் எல்லாத்துக்கும் காரணம். நீங்க பெரிய ஒழுக்கமானவங்க...'

அவளுடைய அத்தை ‘பணத்தால ஒழுக்கத்தை வாங்க முடியாது. அது ஆரம்பத்தில இருந்தே இருக்கணும். பணம் வந்திருச்சுன்னு ராத்திரிலயும் குடைபிடுச்சாங்களாம்...’ என்றார்.

இந்தப் பேச்சு அம்மாவைத் தாக்கியது. ‘ஆமம்மா, நாங்க ஏழ்மைலதான் வாழ்ந்தோம். அதுக்குன்னு இப்போ பணம் வந்திருச்சுன்னு தலை கெட்டுப்போயி ஆடல...’ என்று ஏதேதோ உளறினார்.

இது தொடரக் கூடாது என்று எல்லோருக்கும் தோன்றியது. எழுந்து புறப்பட்டோம். அவர்கள் இருக்கவும் சொல்லவில்லை. வாசல்வரை வந்து வழி அனுப்பவும் இல்லை. மாலதி பொருமிக்கொண்டே முன்னால் நடந்தாள். நாங்கள் பின்தொடர்ந்தோம். எனக்கென்னமோ மாலதிதான் அவசரப்பட்டுவிட்டாளோ என்று தோன்றியது. ஆனால், அவள் கேட்கும் நிலைமையில் இருக்கவில்லை. இந்தச் சம்பவத்தைப் பற்றி அப்பா ஒரு வார்த்தைகூடப் பேசவில்லை.

❍ ❍ ❍

இது நடந்த அடுத்த ஞாயிற்றுக் கிழமை மதியம் நான் சினிமா பார்க்கப் போனவன் வீட்டுக்குத் திரும்பியபோது ஹாலில் சித்தப்பாவுடன் சேர்ந்து வீட்டில் எல்லோரும் உட்கார்ந்திருந்தார்கள். எல்லோரும் ஒன்றாக உட்கார்ந்திருந்த முறையே எனக்கு அபசகுனமாகத் தோன்றியது.

அம்மா அப்பா சோபாவில் உட்கார்ந்திருந்தார்கள். மாலதி நாற்காலியில் ஒரு பக்கமாகத் திரும்பி காலை நீட்டி உட்கார்ந்திருந்தாள். சித்தப்பா அவளுக்கு எதிரில் நாற்காலியில் உட்கார்ந்திருந்தார். மாலதி கணவன் வீட்டில் இருந்த தன் நகைகளைப் பற்றிச் சொல்லிக்கொண்டிருந்தாள். கடந்த சில நாட்களாக இதற்கான முயற்சிகள் நடந்துகொண்டிருந்தாலும் இன்றைய செய்தியை அவள் சொல்லிக்கொண்டிருந்த விதத்தில் வெற்றிக் களிப்பு தெரிந்தது.

நான் உள்ளே வந்ததும் ‘வா நீ மட்டும்தான் இருக்கல பாரு...’ என்று சித்தப்பா வரவேற்றார். நான் வந்ததால் மாலதி தொடக்கத்திலிருந்து சொன்னாள்.

‘நான் இன்னைக்குப் போனபோது ஒரு மணி. எனக்குத் தெரியும் பன்னெண்டு மணில இருந்து ரெண்டு மணிக்குள்ள போனா எல்லாரும் இருப்பாங்கனு. . . அப்போ சித்தப்பாவின் ஃபோன் வந்தது ...உடனே புறப்பட்டேன். வீட்டுக்குப் பக்கத்தில பார்க் இருக்கல்ல, அங்கதான் சித்தப்பாவின் பிரண்ட்சுங்க

நின்னுக்கிட்டு இருந்தாங்க. அதில ரவின்னு ஒருத்தன், அவன்தான் லீடர். நான் போய் அங்கிருந்து ஃபோன் செய்கிறேன் என்று அவன் நம்பர வாங்கிக்கிட்டேன். "நீங்க மிஸ்ட் கால் குடுங்க சிஸ்டர், ஒரே நிமிசத்தில வந்தர்றோம் ..." என்றான்.

'நான் போய் பெல் அடிச்சேன். அத்தைதான் வந்து கதவைத் திறந்தாங்க. என்னப் பாத்ததும், உன்ன வீட்டுக்குள்ள விடமாட்டேன்னு சொன்னாங்க. இன்னும் ஒரு நிமிசத்தில வழிவிடலேன்னா சத்தம் போட்டு ஊரக் கூட்டிருவேன்னு சொன்னேன். கத்து பாக்கலாமுன்னு சொன்னதும், நான் ஃபோன கைலேயே வச்சிருந்தேன், உடனே மிஸ்ட் கால் கொடுத்தேன். ரெண்டே நிமிசத்தில ஒருத்தங்க பின்னாடி ஒருத்தனுங்க வந்தானுங்க பாரு ... ரவிதான் முதல்ல வந்தான். ஆறு பேரு வந்ததப் பாத்து பயந்துபோன எங்க அத்தை 'யாரு இவங்கெல்லாம்?'னு கேட்டாங்க. எங்க சித்தப்பா பிரண்ட்சுங்கன்னு சொன்னேன். 'மிரட்டறயா?'ன்னாங்க. ரவி வாசல்ல நின்னுக்கிட்டு இருந்த அவங்கள தள்ளிட்டு உள்ளே வந்தான். அப்ப மாமாவும் விக்ரமும் வந்தாங்க. 'யாரு இவங்கல்லாம்?'ன்னு என்னப் பாத்து விக்ரம் கத்துனான். அவன் கோபத்த பாத்து எத்தன நாளாச்சு. நெர்வசா இருந்தான். 'போலீசுக்கு ஃபோன் பண்றேன்'ன்னு சொன்னான். ரவி அவன் பக்கத்தில போயி பளார்ன்னு கன்னத்தில ஒரு அறை அறைஞ்சான் பாரு, பேச்சு அடங்கிபோச்சு. பயத்துல விக்ரம், 'தொடாதீங்க சார்'ன்னு சொன்னான். அவங்கிட்ட அடி வாங்கினதும் இல்லாம அவனை சார்ன்னு வேற சொல்றானேன்னு எனக்கு ஒரே சிரிப்பு. 'என் நகைய வாங்கிக்கிட்டு போலாமுன்னு வந்திருக்கேன். அது என்னுதுதானே. நீங்க போட்டத நீங்களே வச்சுக்கங்க. என்னுத மட்டும் குடுத்துடுங்க...'ன்னு கேட்டேன். 'என்ன? சிஸ்டர் சொன்னது கேட்டதா?'ன்னு ரவி சொன்னான். அப்படி சொல்லி ஒரு பெரிய கத்திய எடுத்து டேபிள் மேலே வச்சான். ரவிகூட வந்தவங்க முன் வாசல் கதவைச் சாத்தி உள்ள இருந்து கொக்கி போட்டிருந்தாங்க.

'நான் பெட்ரூமுக்குப் போனேன். சாவிங்க எல்லாம் இருந்த இடத்திலேயே இருந்தது. நகை எல்லாம் ஒரு டப்பாவில இருந்துச்சு. அந்த டப்பாவ எடுத்துக்கிட்டு வெளிய வந்தேன். அதை எடுத்துத் தாலியையும், அவங்க கொடுத்த வளையலயும் அத்தை முன்னாடி வீசி எறிஞ்சேன். மாமா நாற்காலில பேசாம உக்காந்திருந்தாரு. ரவி, விக்ரம்கிட்ட ஏதோ பேசிக்கிட்டு இருந்தான். அவன் சார்ன்னு ஏதோ சொல்லிக்கிட்டு இருந்தான். எனக்குச் சிரிப்பு தாங்கமுடியல ... அத்தைக்கு முன்னாடி தாலிய வீசிப்போட்டேன் இல்லியா அப்ப அவங்க முகத்தப்

பாக்கணுமே. நான் புறப்படரப்ப விக்ரம்கிட்ட சொன்னேன். ‘என் நகையை மட்டுந்தான் எடுத்திருக்கேன். வேணும்னா பாத்துக்க...’ ன்னு டப்பாவைக் காட்டினேன். அவன் பாக்கல; பேச்சு மூச்சு இல்ல. நான் வெளிய வந்திட்டேன். இப்ப நான் வீட்டுக்கு வந்த பிறகு ரவி ரெண்டு மூணு தடவை ஃபோன் பண்ணி சொன்னான்... அவங்க அங்கயே இன்னும் கொஞ்ச நேரம் உக்காந்திருந்தாங்கலாம்... டீ போட்டுக் குடிச்சிட்டு வந்தோம்னு சொன்னான்... எல்லாத்தையும் இத்தோட நல்லபடியா முழிச்சுக்குங்கன்னு சொல்லிட்டு வந்திருக்கானாம்...’

சித்தப்பா அவளுடைய பேச்சுக்களுக்குச் சின்ன புன்னகை யால் சம்மதம் சொன்னதுபோல எனக்குத் தோன்றியது. அவளுடைய கடைசிப் பேச்சுமட்டும் அம்மாவுக்குப் பிடிக்க வில்லை. அவர்கள் வீட்டில் டீ குடித்ததை, ரவி ஃபோன் செய்து சொல்லவேண்டிய முக்கியமான விஷயமா?

‘இதை எடுத்துக்கிட்டு வந்து எல்லா உறவையும் அற்றுக்கொண்டது போல இருக்கு. அதுவும் இப்படி வீட்டுக்குள்ள நுழைஞ்சு தகராறு பண்ணி இருக்கக்கூடாது...’ என்று அப்பா சொன்ன வார்த்தைகளுக்குச் சித்தப்பா சொன்ன பதில் சிறிது பைத்தியக்காரத்தனமாகத் தோன்றியது: ‘அவங்க எல்லாம் என் ப்ரெண்ட்ஸ். வீட்டுக்காரங்களே போயி மிரட்டி வாங்கிட்டு வர்றதில்லையா, அப்படி நினைச்சுக்கங்க. அவங்க வேலையே அதான். பேருக்குத்தான் ரெகவரி ஏஜெண்ட்ஸ். வசூல் செய்யறது கூட இன்னைக்கு ஒரு தொழிலாயிடுச்சு... இல்லைன்னா நான் சோனா மசாலாவுக்கு வராத பாக்கியை வசூல் பண்ண வீதி வீதியா அலைஞ்சுக்கிட்டு இருக்கணும்...’

இந்த வாதம் அப்பாவிற்குப் பிடிக்கவில்லை. அவர் எழுந்து போய்விட்டார். அநேகமாக அம்மாவிற்கும் இது சம்மதமாக இருக்காது. ஆனால், அவர் ஒன்றும் சொல்லாமல் உள்ளுக்குள்ளேயே நொறுங்கிப் போயிருந்தார். ‘இன்னைக்கு பேப்பர் எங்கே?’ என்று பேப்பரைத் தேடும் சாக்கில் சித்தப்பா எழுந்துபோனார். மாலதிக்குப் பின்னாலேயே நானும் எழுந்து கொண்டேன். தன் அறைக்குச் சென்ற மாலதி கதவைச் சாத்திக்கொண்டாள். அந்தக் கதவைத் தாண்டி நான் போகும்போது அவள் உள்ளே விக்கிவிக்கி அழும் சத்தம் கேட்டது. இவை எல்லாம் அவள் கையை மீறி நடப்பதுபோல எனக்குத் தோன்றியது. காணாத கை ஒன்று அவள் தலையைக் கெடுத்து அவளுக்கும் பிடிக்காத பாதையில் அவளைத் தள்ளுவதுபோலத் தோன்றியது. அப்போது உள்ளே போய் மாலதியைச் சமாதானப்படுத்தாமல் இருந்ததற்கு அவளுடைய தன்மானத்திற்கு பங்கம் ஏற்பட்டுவிடக்கூடாது

என்பது ஒரு காரணம்; என்ன சொல்ல வேண்டும் என்று எனக்குத் தெரியாததும் மற்றொரு காரணம்.

○ ○ ○

மாலதி அதற்குப் பிறகு ஒருமுறைகூட கணவன் வீட்டுப் பக்கம் தலைகாட்டவில்லை. அம்மாவிற்கு அவள் வாழ்க்கை நல்லபடியாகட்டும் என்ற ஆசை இருந்தது. எனக்குத் தெரிந்தவரையில் அவளுக்கு விக்ரம் மீது அன்பு இருந்தது. அவள் என்ன செய்கிறாள். எங்கே போகிறாள் என்று கேட்கும் தைரியம் யாருக்கும் இருக்கவில்லை. வீட்டு வேலைகளில் அவ்வப்போது அம்மாவிற்குச் சிறிது உதவி செய்வாள். ஏன் னென்றால் அவளுக்கு அதில் மூக்கை நுழைக்காமல் இருக்க முடியாது. அதுவும் அனிதா வந்தபிறகு எங்கே தனது அதிகாரம் குறைந்துவிடுமோ என்ற ஆதங்கத்தில் தேவைக்கு அதிகமாகவே மூக்கை நுழைக்கிறாள். அப்படி முடியாத நேரங்களில் மொபைலிலிருந்து மெஸேஜ் அனுப்புவாள். சில நேரங்களில் நடு இரவில் அவள் அறையிலிருந்து ஃபோனில் பேசுவது கேட்கும். யாருடன் பேசுகிறாள் இந்த நேரங்கெட்ட நேரத்தில்? அந்த ரவி? சந்தேகம் நிறைந்த என் மனது ஊகிக்கத் தொடங்கியது. யாருக்கும் தெரியாமல் விக்ரமுடன் சுற்றிக்கொண்டிருக்கிறாளா என்றும் யோசித்தேன். ஏதேதோ சினிமாக்களைப் பார்க்கிறாள். அவள் ஃப்ரெண்ட் மைதிலியுடன் சுற்றுகிறாள். அவள் அவ்வப்போது மைதிலியின் வீட்டிலேயே தங்கிவிடுவதும், அவளுடன் மைசூருக்கோ சென்னைக்கோ போய்வருவதுமாக இருக்கிறாள். இந்த மைதிலி ஒரு சாக்கு என்பதுதான் என் சந்தேகம். மைதிலியின் பெயரைச் சொல்லி அவள் யாருடனோ ஊர் சுற்றுகிறாள் என்றும் இரவுகளைக் கழிக்கிறாள் என்றும் எனக்குச் சந்தேகம். அப்படி அது உண்மையாகவே இருந்தாலும் நான் என்ன செய்யமுடியும்? அவளுடைய அமைதி இழந்த நிலையற்ற மனநிலை எங்கள் எல்லோருடையதும்தானே என்று தோன்றுகிறது. எவ்வளவுதான் திமிர் பிடித்தவளாக இருந்தாலும், எவ்வளவுதான் வாயாடியாக இருந்தாலும் எங்களுடன் கழித்த நாட்களில் ஒருவருக்கொருவர் ஒத்தாசையாக இருக்கும் குணமிருந்ததே, அது எங்கே தொலைந்துபோனது என்று சில நேரம் வியப்பாக இருக்கும். பழைய வீட்டில் இருந்தபோது நாங்கள் இருவரும் நடு அறையில் படுப்போம். அவள் படுக்கையும், என் படுக்கையும் ஆங்கில 'டி' எழுத்து வடிவில் போட்டிருக்கும். எப்போதாவது சில நேரம் எங்களுக்குத் தூக்கம் வராமல் பேசிக்கொண்டிருப்போம். அது வெகு அதிசயமாக இருந்தாலும் அப்படிப் பேசும்போது அவள் மனதுவிட்டு சில சங்கதிகளைச் சொன்னது என் நினைவில் இருக்கிறது.

அவளுடைய கிளாஸ்மெட் வந்தனாவிற்கு அவள் வீட்டில் ஊசிப்போன சோற்றைப் போடுகிறார்கள் என்று சொன்னாள். கோபம் வந்தால் முதல் நாளே சிறிது அதிகம் சோற்றை வடித்து அதை மிச்சம் வைத்து அது ஊசிப்போகும்வரை காத்திருந்து இவளுக்குப் போடுவார்களாம். சாப்பிடாவிட்டால் சண்டை போடுவார்களாம். ‘அவளை எங்க கிளாசு கோழி ரமேஷ் காதலிக்கிறான். கலியாணமும் செஞ்சுக்கிறேன்னு சொல்றான். அவனுக்கு அவள் லெட்டர் எழுதறாள். ‘நான்தான் போய் குடுக்கறது’ என்று அவள் இரகசியத்தை என்னிடம் சொன்னாள். புதிய வீட்டில் எங்கள் அறைகளின் சிறையில் இவை எதுவும் சாத்தியப்படாது. சில நேரம் எனக்கு இந்த சோனா மசாலா இல்லாமல் இருந்திருந்தால் மாலதியின் வாழ்க்கை இப்படி ஆகியிருக்காது என்று தோன்றும்.

இப்படிக் கணவன் வீட்டை விட்டு வந்து அம்மா வீட்டில் வாழும் சிரமம் என்னவென்று தெரிந்தவர்களால் மட்டுமே புரிந்துகொள்ளமுடியும். இதில் தவறு யாருடையதாக இருந்தாலும் மாலதியைப் பற்றி எங்களுக்கு அதிகம் இரக்கம் இருக்கிறது. வீட்டிற்கு வரும் உறவுக்காரர்கள், திருமணங்களில் சந்திக்கும் அறிமுகமுள்ளவர்கள், வேண்டுமென்றே எங்கள் தன்மானத்திற்கு பங்கம் விளைவிக்க முற்படும் நலம் விரும்பிகள், இன்னும் திருமணமாகாத பெண்கள் – இப்படிப் பலபேருடைய வியப்பிற்கு அவள் ஆளாகிறாள். யாராவது பேசினால், அது ஏன் அவளைச் சாதாரணமாகப் பார்த்தாலும் போதும் அவர்கள் மனதில் அவளைப்பற்றி என்னென்ன எண்ணங்கள் தோன்றலாம் என்று எண்ணி நாங்கள் கவலைப்படுகிறோம். விக்ரம் வீடடிற்குப் போய் நகைகளை எடுத்துவந்த பிறகு அவளைப் பற்றி பரவிய கதைகள் அவள் பூலான்தேவியின் மறு அவதாரமாகத் தெரிந்தாள். அவளுடைய தலைமையில் வந்த ரௌடிகள் என்ன, அவள் கட்டளையிடுவது என்ன, அவர்கள் வீட்டை நாசம் செய்தது என்ன – இப்படியான வதந்திகள் பரவின. அவள் கணவனின் கழுத்தில் கத்தி வைத்ததாகச் செய்திகள் பரவின. எனக்குத் தெரியும் அவளுக்கு இவை எதுவும் தேவை இல்லை என்பது. யாருடைய பேச்சுக்கும் கட்டுப்படாத வாயாடி என்பதைத் தவிர அவளுக்குத் தானும் சுகமாக குடும்பம் நடத்தவேண்டும் என்ற ஆசை இருந்தது. ஆனால், அது எங்கேயோ தாளம் தவறிவிட்டது. எங்கே என்று புரியவில்லை. சோனா மசாலாவின் மீது மட்டும் குறைசொல்வது எனக்குச் சரியாகப்படவில்லை.

❍ ❍ ❍

6

இனி என் விஷயத்திற்கு வருவோம், அதை மற்றவரிடமிருந்து தனிப்படுத்திச் சொல்வது சிரமம். எப்படி ஆரம்பித்தாலும் கூடவே அம்மா, மாலதி என் மனைவி அனிதா – இந்த மூன்று பெண்களின் விஷயமும் சேர்ந்துகொள்ளும். சில சமயம் அவர்கள் ஒருவருக்கு ஒருவர் சளைத்தவரல்ல என்பதில் மறுபேச்சுக்கு இடமே கிடையாது. இந்த மூன்று பேரும் நாள் முழுவதும் அவர்களின் நாக்கை இரகசியமாகத் தீட்டுகிறார்கள் என்பது என் எண்ணம். ஒரு சிறிய எடுத்துக்காட்டு சொன்னால் இவர்களுடைய திறமை தெரியவரும்!

நான் காலையில் குளித்துவிட்டுப் பலகாரத்திற்குத் தயாராகி 'இன்னைக்குச் சிற்றுண்டி என்னம்மா?' என்று நான் கேட்கும் கேள்வியிலிருந்து தொடங்கும். அம்மாவின் பதில்: 'உனக்குப் பிடிக்குமேன்னு அவரை விதை உப்புமா பண்ணியிருக்கேன்.'

இது ஒரு குண்டு என்பது இந்த எளிமையான விடையிலிருந்து யாருக்கும் தெரியவராது. ஆனால், அந்த வீட்டில் வாழும் எனக்கு இந்த எளிமையான கேள்விக்கான எளிமையான பதில் ஏற்படுத்தும் ரகளை என்னவென்று தெரியும். அதைக் கேட்டதும் நான் வீட்டைவிட்டு வேகவேகமாக வெளியே ஓடத் தயாராவேன். விறுவிறுவென்று ஆடை உடுத்தி என் பையைத் தேடுவேன். அதற்குள் அனிதா, 'மகாராஜா போல, கால் மேல காலப்போட்டுக்கிட்டு சாப்பிடுங்க... நாங்கெல்லாம் பட்டினி கிடக்கறோம்' என்று எல்லோருக்கும் கேட்கும்படி முணுமுணுப்பாள். காரணம், அவளுக்கு அவரை விதையைக் கண்டால் வாந்தி வரும்; இனி அதைச் சாப்பிடுவது எங்கே? ஆனால், எனக்கு அது விருப்பம் என்பது உண்மை என்றாலும் அது இல்லாமல் வாழமுடியும். ஆனால், எப்போது அனிதாவிற்கு அது பிடிக்காது என்று

தெரிந்ததோ அப்போதிலிருந்து அவரைவிதை மார்க்கட்டிற்கு வரும்போதெல்லாம் அதை வாங்கி அம்மா சமைக்கத் தொடங்கினார். ஏனென்றால் சமையல் பொறுப்பு இன்னும் அவர் கையில். வீட்டிற்கு மருமகள் வந்திருக்கிறாள், மகளும் கணவனை விட்டு வந்து இங்கேயே நிரந்தரமாகத் தங்கிவிட்டாள்; ஆனாலும் இன்னும் அம்மா மட்டும் சமையலறையைக் கட்டிக்கொண்டு அழுகிறார். அது அவர் தவறும் அல்ல. அவருக்கு வேறு எதுவும் தெரியாது. அனிதாவிற்கோ சமையலறை வேலைகள் சுத்தமாகப் பிடிக்காது – சமைக்கத் தெரியாது என்றில்லை; அது அவளுக்குப் பிடிக்காது அவ்வளவுதான். இனி, மாலதியோ, 'அவள் சரியாக இருந்தால் எங்கள் வீட்டு நிலைமையே வேறுமாதிரி இருந்திருக்கும் . . .' என் மனைவி சொல்லும் இந்த வார்த்தைகளை நான் பொதுவில் ஏற்றுக்கொள்ளாவிட்டாலும் மனதளவில் முழுமையாக ஒத்துக்கொள்கிறேன்.

'மகாராஜா போல கால் மேல காலப் போட்டுக்கிட்டு . . .' என்ற வார்த்தைகளை அனிதா எனக்குச் சொல்லி இருந்தாலும் அதன் இலக்கு அம்மா. என்னைத் துச்சமாகப் பேசினால், என் சோம்பேறித்தனத்தையும், வெட்டியாகக் காலத்தைப் போக்கும் என் குணத்தையும், என் சொந்த வருமானம் பூஜ்ஜியம் என்பதையும் குத்திப்பேசினால் அம்மா எரிச்சலடைவார் என்பது அவளுக்குத் தெரியும். திருமணம் செய்துகொள்ளும்போது இதைத் தன்னிடம் சரியாக எடுத்துச் சொல்லவில்லை என்பது அவளுடைய ஆட்சேபம். இந்த மூன்று பேர்களும் தாங்களாகவே பேசிக்கொள்வது, முணுமுணுப்பது முதல் கட்டம். இது வானத்தில் தோட்டாவைச் சுட்டு போருக்கு அழைப்புவிடுவதைப்போல. எதிராளியின் ஏற்பாட்டைச் சோதித்து சண்டை போட அவருக்கு உற்சாகம் இருக்கிறதா இல்லையா என்பதைத் தெரிந்துகொள்வதற்காக. அவருக்கும் உற்சாகம் இருந்தால் பதில் வரும். அதுவும் மனவொலியில்.

'இங்க நிறைய சமையக்காரங்க இருக்காங்க ஒவ்வொருத்தருக்கும் தனித்தனியா சமைச்சுப்போட . . .' என்று அம்மாவின் முணுமுணுப்பு.

இப்போது அனிதா சும்மா இருப்பாளா? தன் நாத்தனாரை இதில் இழுப்பாள். 'வீடு சத்திரமாப்போச்சு, கண்ட கண்டவங்களை எல்லாம் சேத்துக்கிட்டா இப்படித்தான் இருக்கும். அவங்கவங்க வீட்டில அவங்கவங்க இருக்கணும் . . .'

இது கணவன் வீட்டை விட்டுவந்த மாலதிக்கு உறைக்க வேண்டும் என்பதற்காகவே சொன்னது. இப்போது அம்மா தன் உதவிக்கு வருவாரா என்ற எதிர்பார்ப்பில் காத்திருப்பாள். இல்லை

என்றால் அவள் நாக்குக்குத் தன்னைக் காத்துக்கொள்ளும் வலு இருக்கிறது. 'சத்திரமென்ன, ஒரு பரத்த வீடாக்கூட ஆகும், அடக்கிவைக்கத் தெரியாத ஆம்பள இருந்தா பொம்பளை சன்னல் ஓரமா நிப்பாளாம்...'

மாலதியின் இந்த அம்பு என்னையும் அனிதாவையும் ஒன்றாகத் தாக்கும். அது அனிதாவிற்கும் எதிர் வீட்டு சந்திரசேகர் என்ற குடும்பஸ்தனுக்கும் இருக்கும் நட்பைப் பற்றிய நக்கல் பேச்சு. அவன் அவள் சொந்த ஊரின் நண்பனாம். ஒரே கல்லூரியில் பி.யூ.சி. படித்தார்களாம். அவர்களுக்கு இடையே ஒன்றும் இல்லை என்பது எனக்குத் தெரியும். இது எனக்குள் சந்தேகத்தை ஏற்படுத்தவில்லை என்பது அனிதாவிற்கும் மாலதிக்கும் வேறு வேறு காரணங்களிற்காகச் சகித்துக்கொள்ள முடியவில்லை என்பது சங்கதி. அது இருக்கட்டும், இப்போது அனிதா என் அப்பாவையும் சேர்த்து இதற்குள் இழுப்பாள். 'ஆமாமா, கேலியா பேசவும் திறமை இருக்கணும் வாயிக்கு வந்தத சொன்னா யாருக்கும் சிரிப்பு வராது, இரத்தத்திலேயே நகைச்சுவை உணர்வு இருக்கணும்...'

இது என்ன அர்த்தமற்ற பேச்சு என்று தோன்றலாம். ஆனால், சொல் அம்பின் கூர்மை மேலோட்டமாகத் தெரியும் எளிய வார்த்தைகளில் இருப்பதில்லை; அது அந்தரங்கத்தைக் குத்திக் கீறும் நினைவுகளில் இருக்கும். அனிதாவின் இந்தப் பேச்சிற்கு பின்னால் இருப்பது என் அப்பாவின் ஆளுமையைப் பற்றிய ஏளனம். அவர் வார்த்தைக்கு வார்த்தை ஜோக் சொல்லப்போய் கேலிக்கு ஆளானவர். தற்சமயம் அவர் ஜோக்குகள் யாருக்கும் சிரிப்பை வரவைப்பதில்லை. அதுமட்டுமல்ல, அவர் அதை எதிர்ப்பதைப்போலத் தன் ஜோக்குகளுக்கு தானே சிரித்துக் கொள்கிறாரே! இப்போது அந்தச் சிரிப்பும் தன் வலுவை இழந்துவிட்டது. இப்போது அவர் மழுங்கலாக கூரற்றுச் சிரிக்கிறார். யாரும் பார்க்கவில்லை என்றால் அதுவும் கிடையாது. தற்போது மருத்துவர்களின் ஆலோசனைப்படி அவருக்குச் சில நாட்களாக மன நோய்க்கான சிகிச்சை அளிக்கப்படுகிறது. அனிதாவின் பேச்சில் இவை எல்லாம் இருக்கும் என்பது மேலோட்டமாக யாருக்கும் புரியக்கூடிய சங்கதி அல்ல. ஆனால் அது தாக்கவேண்டிய இடத்தை அடையும். அந்தப் பேச்சுக்கள் அப்பாவின் காதுகளுக்கு எட்டிவிடக்கூடாது என்று நாங்கள் தவிக்கும் தவிப்பைப் பார்த்து அவள் மனதிற்குள்ளேயே மகிழ்ச்சியடைவாள். எங்கள் எதிர்காலம் அப்பா இன்னும் எழுதிவைக்காத உயிலின் மீது நின்றிருக்கிறது என்பது அவளுக்குத் தெரியாதா என்ன ? இப்படி அழிந்துபோக எடுக்கும் முயற்சியை என்ன சொல்வது?

இப்படிப் போர் மூண்டு இத்தனை பேச்சுக்கள் நடந்தபின் இனி என்ன? நான் உப்புமா சாப்பிடாமல் விறுவிறுவென்று வீட்டைவிட்டு ஓடிவிடுவேன். அப்படி வருபவன் அப்போதுதான் திறக்கும் காப்பி ஹௌசுக்கு வந்து உட்காருவேன். கட்லெட் மற்றும் காப்பி கொடுக்கும் வின்செண்டிடம் 'என்ன வின்செண்ட், என்ன செய்தி?' என்று கேட்டால், 'வீட்டுக்கு வீடு வாசப்படிதான், சார்' என்கிறான். அன்றைய நிகழ்ச்சியைப் பற்றி ஒன்றும் தெரியாமல் அவன் அந்த வார்த்தையைக் கூறுகிறான் என்று நான் நம்பமுடியுமா? நான் வீட்டை விட்டு வந்ததும் அங்கே என்னவெல்லாம் நடந்திருக்கலாம் என்று அவன் கொடுத்த காப்பியைக் குடித்துக்கொண்டே யோசிக்கிறேன்.

பகலில் வீட்டில் நடக்கும் நிகழ்வுகள் எல்லாம் எனக்கு வெறும் ஊகங்கள்தான். ஏனென்றால் காலையில் காப்பி ஹௌசுக்கு வந்து நாளைத் தொடங்கினால் நான் வீடு திரும்புவது இருட்டிய பிறகுதான். அலுவலகத்திற்குச் சென்று வருபவர்களைப்போல நான் நாள் முழுவதும் வீட்டிலிருந்து வெளியே இருந்துகொண்டு நேரத்தை வீணடிக்கும் வேலையைச் சிரத்தையுடன் செய்கிறேன். நான் முன்பு இப்படி இருக்கவில்லை. நான் பட்டப் படிப்பை முடித்தவுடன் சோனா மசாலா தொழிற்சாலையில் எனக்கு ஒரு வேலைபோட்டுக் கொடுத்து அங்கே எனக்கென்று ஒரு அலுவலக அறையையும் தந்திருந்தார்கள். நான் படிக்கும் நாட்களில் சித்தப்பா என்னை ஒன்று கேட்டிருந்தார்: 'நீ படிப்பை முடித்து என்னுடன் சேர்ந்துகொண்டு வியாபாரத்தைப் பெருக்கும் வழியை யோசி. எந்தத் தேவடியாப் பயகிட்டயும் வேலை செய்யப் போகவேண்டாம்...' ஆனால் நான் சோனா மசாலாவிலும் வேலை செய்யவில்லை. எந்தத் தேவடியாப் பையனின் கைக்குக் கீழேயும் வேலை செய்யவில்லை! உண்மையைச் சொல்லவேண்டும் என்றால் வேலையே செய்யவில்லை. இப்படிப்பட்ட வாழ்க்கைக்கு எப்படி ஆளானேன் என்று இப்போது திரும்பிப் பார்த்தால் எனக்கே சிறிது வியப்பாகத் தோன்றும். சோனா மசாலாவின் வெற்றியால் குடும்பத்தில் என்மீதிருந்த எதிர்ப்பு உடனே குறைந்தது. முன்பெல்லாம் நன்றாகப் படித்து வேலை தேடிக்கொள்வதைப்பற்றி வீட்டில் தினமும் அறிவுரை கேட்கவேண்டி இருந்தது. அதுவும் ஓரிரு வருடங்களில் மெல்லக் குறைந்து நான் படித்துத்தான் குடும்பத்தைக் காப்பாற்றவேண்டும் என்ற எண்ணத்தையே அழித்துவிட்டது. எப்படி இருந்தாலும் நான் சோனா மசாலாவில் சித்தப்பாவிற்குத் துணையாக இருக்கப்போகிறேன் என்பது யாரும் சொல்லாமலேயே எல்லோரும் எண்ணிக்கொண்டார்கள். ஆனால், எனக்கு மட்டும் அங்கே வேலை செய்யப் பிடிக்கவில்லை. ஏனென்றால் எனக்கு அங்கே போர் அடித்தது. அங்கே

உண்மையாகவும் என்னுடைய தேவை இருக்கவில்லை. எல்லா வேலைகளையும் சித்தப்பாவே பார்த்துக்கொண்டிருந்தார். முதல் நாளே எனக்கு அது தெளிவாகப் புரிந்தது. வந்திருக்கிறானே என்பதற்காக ஏதோ சின்னச்சின்ன வேலைகளை என் தலையில் கட்டுவார்கள். சில நேரம் என் வெகுளித்தனத்தால் தேவை இல்லாத இடங்களில் மூக்கை நுழைத்து அவமானப்படுவேன். முடிவில் முக்கியமான முடிவுகள் எதுவும் அவருடைய தலையீடு இல்லாமல் நடக்காது. அதனால் அங்கே வேலை செய்யும் என் முயற்சி ஆறு மாதங்களுக்கு அதிகமாக நீடிக்கவில்லை. மெல்ல நான் பின்வாங்கத் தொடங்கினேன்.

ஆனால், என் தன்மானத்தைக் காப்பது வீட்டாரின் கடமையல்லவா? திருமணமான பின் மனைவிக்கு முன்னால் அப்பாவிடம் பணத்திற்குக் கையேந்தினால் அது அவமானமல்லவா? அதனால் ஒவ்வொரு மாதமும் என் கணக்கில் பணம் விழத்தொடங்கியது. அது அன்றிலிருந்து இன்றுவரை தொடர்கிறது. எதுவும் செய்யாமல் பணம் வரும்போது யாராவது வேலை செய்வார்களா? இந்தத் தத்துவத்திற்கு சித்தப்பா விதிவிலக்கு. இரவுபகல் வேலை செய்வதுதான் அவருடைய வாழ்க்கையின் நோக்கம்.

என் தினசரி இதுதான்: காலையில் குளியல் பலகாரம் முடித்து நேரம் தவறாமல் தயாராகி வீட்டை விட்டு நேராக காப்பி ஹௌசுக்கு வருவேன். அங்கிருந்து தொழிற்சாலை. அங்கே அன்றைய மூன்று தினசரிகளையும் வரிவிடாமல் படிப்பது. பிறகு அங்கேயே சாப்பாடு. பிறகு அங்கே என் அறையில் இருக்கும் சிறிய சோபாவில் சிறிய தூக்கம். எழுந்து டீ குடித்து, வெயில் தாழ மறுபடியும் காப்பி ஹௌஸ். அங்கிருந்து எங்காவது திரிந்துவிட்டு மனதிற்குத் தோன்றும் போது வீடு திரும்புவது. தொழிற்சாலையில் யாரும் என் அறைக்குள் நுழையமாட்டார்கள். தினமும் நான் அங்கே போவதற்கு முன்பே யாரோ சுத்தப்படுத்தி வைத்திருப்பார்கள். என்னிடம் யாருக்கும் எந்த வேலையும் இருக்காது. நானும் அறையைவிட்டு வெளியே வரமாட்டேன். யாரும் என் அறைக்குள் வரமாட்டார்கள். என் விசிட்டிங் கார்ட் மட்டும் ஒவ்வொரு வருடமும் புதிதாக அச்சடிக்கப்படும். அதன்படி நான் நிறுவனத்தின் டைரக்டர். சித்தப்பா விரல் வைத்துக் காட்டும் இடங்களில் அவ்வப்போது கையொப்பம் இடுவது என் வேலை.

○ ○ ○

என் திருமண ஏற்பாடுகள் நடந்தபோது நான் வேண்டாம் என்று சொல்லவில்லை. ஏனென்றால் அங்குமிங்கும் ஓரிரு

காதல் செய்ய முயன்றாலும் எங்கேயும் ஒரு அடி கூட முன்னேற முடியவில்லை. சிறிது நெருக்கமானவள் என்றால் சித்ரா மட்டுமே. மாலதியின் திருமணம் தோல்வியில் முடிந்ததால் என் விஷயத்தில் அம்மா எச்சரிக்கையாக இருந்தார். பணக்காரர்களின் சகவாசம் வேண்டாம் என்னும் நிலைமைக்கு வந்திருந்தார். அதனால் தூரத்து ஹைதராபாதில் கல்லூரி ஆசிரியர் மகளான அனிதாவின் திருமணக் கோரிக்கை அவருக்குச் சரியாகப்பட்டது. இந்தக் கோரிக்கையைக் கொண்டுவந்தவர் ஸ்ரீபதி என்பவர். அன்று வியாழக்கிழமை என்பது எனக்கு நினைவிருக்கிறது. காலை பத்துமணி சுமாருக்கு நான் வெளியே செல்லத் தயாராகிக் கொண்டிருந்தபோது அவர் வந்தார். 'இருடா, போக வேண்டாம், நான் உன்னோட பேசவேண்டி இருக்கு...' என்றார். அப்படிச் சொன்னவர் வீட்டிற்குள் வந்து அம்மாவிடம் பேசிவிட்டு, ராயர் மடத்திற்குப் போயிருந்த செய்தியைச் சொல்லி, ஆர அமர உட்கார்ந்து தோசை சாப்பிட்டுவிட்டுத் திருமணப் பேச்சை எடுத்தார்.

'பாரு, தங்கமாட்டம் பொண்ணு, பிஏ படிச்சிருக்கா. அவங்க அப்பா நல்ல வாத்தியாருன்னு யூனிவர்சிடில பேரு வாங்கின மனுசன். ஹைதராபாதில இருக்காங்க. பொண்ண எங்க அண்ணியோட தம்பிக்காகப் பாத்தது. ஆனால் அவன் அமெரிக்காவில இருந்து வரவே இல்லை. பிறகு தெரிஞ்ச செய்தியே வேற. அவன் அங்கயே கலியாணம் பண்ணி இருக்கலாம்ன்னு சொல்றாங்க. உண்மை என்னான்னு அவன் வந்தபிறகுதான் தெரியும். நீ சரீன்னு சொன்னா பொண்ணோட அப்பாகிட்ட பேசறேன். ஆனாலும் அவங்க ஒத்துக்குவாங்கன்னு நான் கேரண்டி தரமுடியாது. இந்தக் காலம் வேற. மொதல்ல மாதிரிக் கிடையாது...'

போட்டோவைப் பார்த்த பிறகு எனக்குத் தெரிந்த எல்லா பெண்களை விடவும் இவள் நன்றாக இருக்கிறாள் என்று தோன்றியது. பிறகு எல்லாம் மின்னல் வேகத்தில் ஓடியது. இவளுக்கு வேறு எங்காவது சம்பந்தம் ஏற்படுவதற்கு முன்பே நான் சென்று வென்றுவிடவேண்டும் என்ற வெறி எனக்கு உண்டானது. போய் பெண்ணைப் பார்க்கவேண்டுமே என்ற பேச்சு வந்தபோது, சித்ராவின் நினைவு வந்து 'பொண்ணு பையன் ஒருவரை ஒருவர் பார்த்துக்கொள்வது என்று சொல்லவேண்டும்' என்று ஸ்ரீபதி சொல்லைத் திருத்தினேன். 'அப்படித்தான்... அப்படித்தான்... அதே அர்த்தந்தான்... இந்தக் காலத்தில பையன மட்டும் கேட்டுக் கலியாணத்த முடிவு செய்ய முடியுமா? உங்க ஜோடி நல்லா இருக்கு... அவங்க அப்பனுக்கும் இதே எண்ணம்தான்...' என்றார்.

ஏதோ சடங்கிற்காகத் தோளை ஆள்காட்டி விரலால் தொடுவது – இப்படிச் சின்னச் சின்ன தொடுதல்கள் புரியாத சிலிர்ப்பை ஏற்படுத்தின. தாலி கட்டுவதற்காக அவள் கழுத்தைச் சுற்றித் தோளை வளைத்து அதிக நெருக்கத்தில் சரிந்தபோது அவளைச் சூழ்ந்திருந்த மணம் மயக்கத்தை ஏற்படுத்தியது. பல பூக்களின் ஆழ்ந்த நறுமணங்களின் கலவையும் அவளுடைய அருகாமையும் சேர்ந்து நான் அரை விநாடி மெய்மறந்துபோனேன். அவள் தலை குனிந்து நின்றிருந்தாள். அவள் கன்னத்தின் மெல்லிய ரோமங்களில் மஞ்சள் பசை தெரிந்தது. தாலி கட்டும்போது என் கைகள் அவளுடைய கழுத்தின் பின்பகுதியைத் தொட்டது.

சாப்பிடும்போதும், ஒருவருக்கொருவர் இனிப்பை ஊட்டும்போதும் அவளுடைய கீழ் உதட்டை என் விரல்கள் நொடியில் தொட்டன. இதனால் ஏற்பட்ட கிளர்ச்சியை அடக்க எனக்குச் சிறிது நேரமானது. அந்த உன்மத்தத்தில் இருக்கும் போதே அவள் என் வாயில் ஜிலேபியைத் திணிக்க வந்தாள். அவளுடைய கையைப் பிடித்து விரலைக் கடிப்பதுபோல நடித்தேன். அங்கிருந்த சில இளம் பெண்கள் இந்த ரொமாண்டிக் உணர்வுகளைப் பார்த்து 'சோ ஸ்வீட்' என்று என்னை உசுப்பேத்தினார்கள். என் பித்துக்குளித்தனம் எனக்கே அதிர்ச்சியாக இருந்தது. இப்படிப் பட்ட தருணங்களைச் சிறைபிடிக்கத் தவிக்கும் போட்டோகிராபர் மறுபடியும் என்னை இனிப்பு ஊட்ட வற்புறுத்தினான். சாப்பிட உட்கார்ந்தபோது அவளுடைய ஒரு பெரிய கூட்டம் வரிசையாக வந்து எல்லோரையும் அறிமுகப்படுத்திக்கொண்டது. பிறகு பெரியவர்கள் எல்லோரையும் தனித்தனியே அழைத்து நாற்காலியில் அமரச் செய்து நாங்கள் காலில் விழுந்தோம். இப்படித் தவிர்க்க முடியாத சடங்குகளை முடித்து நாங்கள் மாலை வீடு திரும்பியபோது மிகவும் களைப்பாக இருந்தது. அதிக உற்சாகம் காட்டி எல்லா இடத்திலும் மூக்கை நுழைக்கும் எந்த விருந்தாளியும் புண்ணியத்திற்கு வீட்டிற்கு வரவில்லை. அதனால் ஓய்வாக இரவுச் சாப்பாட்டை முடித்துக்கொண்டு, மாடியில் இருக்கும் எங்கள் அறைக்குள் நுழைந்தோம்.

நான் அந்த இரவுக்கு என்றே வாங்கியிருந்த பருத்தி ஜிப்பாவை அணிந்திருந்தேன். அறைக்குள் நுழைந்ததும் அடுத்து நடக்கக் கூடியதெல்லாம் என் மனதிற்குள் நுழைந்து, அவளுடைய முகத்தை நேராகப் பார்க்க நான் தயங்கினேன். முடிந்த அளவு இயல்பாக இருக்க முயன்று நான் கதவை மூடினேன். சத்தம் போடாமல் கொக்கியைப் போட்டேன். அப்படிச் செய்யும்போது வீட்டில் மற்றவர்கள் என்ன நினைப்பார்களோ என்று வெட்கமாக இருந்தது. அவள் கட்டிலுக்கு அருகில்

நின்றிருந்தாள். நான் கதவிற்கு அருகில் இருந்த சுவரின் மீதிருந்த பொத்தானை அழுத்தி விளக்கை அணைத்தேன். சன்னலிலிருந்து வீதி விளக்கின் ஒளி உள்ளே பரவி இருந்தது. அதனால் அறை அதிக இருட்டாக இருக்கவில்லை. அந்த இருட்டிற்குக் கண் பழகிக்கொண்டதும் எல்லாம் அரசல்புரசலாகத் தெரிந்தன. அவள் பக்கம் நடந்தேன். அவளுக்கு மிக நெருக்கமாகப் போனேன். அவளுடைய தேகத்தின் மணம் என்னைத் தொட்டது. ஒரு விநாடி எனக்கு எப்படி முன்னேறுவது என்பது புரியவில்லை. பொறுத்தேன். என் வலது கையை அவளுடைய இடது தோளின் மீது வைத்தேன். திருமணம் செய்துகொண்டேன் என்ற ஒரே காரணம் அவளைத் தொட தைரியம் அளித்தது. என் கை அவளுடைய தோளிலிருந்து இறங்கி முழங்கையைப் பிடித்தது. இடது கையால் அவளுடைய இடுப்பை வளைத்து சிறிது என் பக்கமாக இழுத்தேன். இருவரும் உடனே தழுவிக்கொண்டோம். அவளுடைய தீண்டல், தேகத்தின் மணம், அவள் முடியிலிருந்த பூவின் கடும் வாசம், அவளுடைய மார்பு என் நெஞ்சை அழுத்துகிறது என்ற உணர்வு, என் கழுத்தை உரசிய அவள் உதடுகள் என்னைக் கதிகலங்கச் செய்தன. அறிமுகமில்லாத பெண்ணைச் சொந்த விருப்பத்துடன் இப்படி மெய், மனம், சிந்தையுடன் இணைவதில் இருக்கும் சுகம் சொல்லித் தீராது. அநேகமாக இதுதான் சம்பிரதாயத் திருமணங்களின் ஆதாரத் தூண்களாக இருக்கலாம். அவள் என் மீது உரிமை கொண்டாடி என் காதலை அடையாளம் கண்டுகொள்ளவேண்டும் என்று தோன்றியது. இந்த உணர்வுகளின் தீவிரத்தைச் சொல்வதற்கு எனக்குச் சொற்கள் மட்டுமல்ல, எந்த மொழியும் போதாது என்று தோன்றுகிறது. தெரிந்த சங்கதிகளின் மூலமாகவே இவற்றை வெளிப்படுத்த வேண்டிய கட்டாயம் மூச்சை அடைக்கிறது. இப்படிப்பட்ட அபரிமிதமான உணர்வுகள் அவளுடைய அறிவுக்கும் வந்து போயிருக்கலாம். என் மார்பின் மீது முகத்தைச் சாய்த்தாள். இரண்டு பக்கங்களில் இருந்து முதுகை அணைத்த அவளுடைய கைகள் முன்னேறுவதற்கான அறிகுறியைக் காட்டியது. அவளுடைய வளையல்கள் என் முதுகை அழுத்தியன. இந்த வகையில் தொடுதல், பெறுதல், அளித்தல் வழியாக அறிமுகமில்லாத பெண் அறிமுகமாகும் சுகத்திற்கு ஈடானது வேறு எதுவும் இல்லை. அதன் பிறகு நான் இப்படி ஒரு அனுபவத்திற்காக மிகவும் ஏங்கி இருக்கிறேன். ஆனால் அது கிடைக்கவே இல்லை. ஒருவேளை இது வாழ்க்கையில் ஒருமுறை மட்டுமே கிடைக்கும் சுகம், சமர்ப்பணம், சார்தல், இரக்கம், உரிமையான காதல் இப்படிப் பல உணர்வுகளின் கலவையில் பிறந்த அந்தத் தருணத்தை மறுமுறை வாழ முடியாது.

எனக்கு எதுவும் தோன்றாமல் அவளை இன்னும் இறுக்கமாகத் தழுவினேன். என் மார்பின் மீது புதைந்திருந்த அவள் முகத்தை மேலே தூக்கியபோது கொஞ்சிய அவள் உதடுகள் வழியாக எனக்கு அவளுடைய உலகத்தின் புதிய மணம் ஒன்று கிடைத்தது.

○ ○ ○

திருமணமாகிய மூன்று நாட்களுக்குப் பிறகு நாங்கள் தேன்நிலவுக்காக ஊட்டி போனோம். ஊட்டிக்கு ஹனிமூன் போவது க்ளீஷேயாக இருந்தாலும், எங்கள் வசதிக்கு எங்கு வேண்டுமானாலும் போகமுடியும் என்றாலும், கல்லூரி நாட்களிலிருந்து என் இளமையின் காமக் கனவுகளில் ஊட்டி இடம்பெற்றிருந்ததால் அந்த ரெடிமேட் கற்பனையிலிருந்து தப்பித்துக்கொள்ள என்னால் முடியவில்லை. அனிதா எதைப் பற்றியும் குழப்பிக்கொள்ளவில்லை. ஊட்டியோ மைசூரோ அவளுக்கு எல்லாம் ஒன்றுதான்.

ஊட்டியில் நாங்கள் தங்கி இருந்தது 'க்ரீன் வேலி' என்ற ஹோட்டலில். வழியில் பஸ் பழுதாகி விடியற்காலையில் சேரவேண்டியவர்கள் மதியம் பன்னிரெண்டு மணிக்குப் போய் சேர்ந்தோம். ஹோட்டல் ரூமிற்குப் போய் கதவைச் சாத்தியபோது திருமணத்திற்குப் பிறகு முதல் முறையாக வீட்டிற்கு வெளியே உண்மையான தனிமை கிடைத்தது. என்ன செய்யவேண்டும் என்று தெரியாமல், கிடைத்த வாய்ப்பை வீணடிக்கக் கூடாது என்று வெறுமனே அனிதாவின் தேகத்தைத் தொட்டேன். அவள் விடுவித்துத் தப்பித்துக்கொண்டு இன்னும் அதிக ஆர்வத்தைத் தூண்டினாள்.

குளித்துச் சாப்பிட்டுவிட்டு ஏதோ ஒரு மலையைப் பார்க்கப்போனோம். பொழுது இறங்கிக்கொண்டிருந்ததால் குளிரான வானிலை மிகவும் சிலிர்ப்பூட்டியது. இதற்கிடையில் அவளின் கையைப்பிடிப்பது, இடுப்பை வளைப்பது இவைகளால் கிளர்ச்சி உண்டாகி அவளை ஹோட்டலுக்கு அழைத்துச் செல்லத் துடித்தேன். எங்களுடன் வேனில் இன்னும் நான்கு ஜோடிகள் இருந்ததால் அவர்களை விட்டு வரமுடியாது. நாங்கள் திரும்பியபோது இருட்டாகிவிட்டது. வந்ததும் நான் பசித்த புலியைப்போலப் பாய்ந்தேன். எல்லாவற்றையும் நொடியில் கழற்றி எறிந்தாலும் அவளுடைய பாவாடை நாடாவைக் கழற்ற முடியவில்லை. அவளும் திக்குமுக்காடினாள். அந்த முடிச்சு மிகவும் இறுக்கமாக இருந்தது. அப்போது அவள் "சீ, இந்த நாடா 'கோச்சர் காச்சர்' ஆயிடுச்சு... கொஞ்சம் பொறு" என்றாள். அப்போது அது என்ன என்று கேட்கும்

பொறுமை எனக்கு இருக்கவில்லை. அவள் எழுந்து உட்கார்ந்து கவனமாகப் பாவாடையின் நாடாவின் முடிச்சை அவிழ்த்தாள். எல்லாம் முடிந்து இருவரும் ஓய்வெடுக்கும்போது கேட்டேன். 'பாவாடையின் நாடா என்னவாகி இருந்தது என்று சொன்னாய்?'

'கோச்சர் காச்சர்' என்று கிசுகிசுத்தாள்.

'அது என்ன?' என்றேன். அந்த ஜோடி வார்த்தையை நான் இதுவரை கேட்டதே இல்லை.

'கோச்சர் காச்சர்' என்று மறுபடியும் சிரித்தாள்.

'அப்படீன்னா என்ன?'

'அது அப்படித்தான், அது ... உங்களுக்குத் தெரியாதா ...' என்று திரும்பத் திரும்பச் சிரித்தாள். சும்மா அர்த்தமில்லாத சிரிப்பு அது. அவள் மென்மையான அக்குளை ஆள்காட்டி விரலால் குத்தி கிச்சுக்கிச்சுமூட்டி, 'சொல்லு, சொல்லு' என்று நச்சரித்தேன். சிறிது நேரம் குழைந்து பிறகு சொன்னாள்: 'இதன் பொருள் தெரிந்திருப்பது உலகில் நான்கு பேருக்கு மட்டும். நான், என் தம்பி, அப்பா மற்றும் அம்மா இத்தனை பேருக்கு மட்டுந்தான் ...'

அவள் தாய்வீட்டில் பிறந்த வார்த்தை இது. அவளும் அவள் தம்பியும் சேர்ந்து உருவாக்கிய வார்த்தை. சிறியவளாக இருந்தபோது ஒருநாள் மாலை அவள் வீட்டின் மொட்டைமாடியில், தம்பியுடன் பட்டம் விட நூல் உருண்டையைச் சுற்றிக்கொண்டிருந்தாள். அப்பாவும் அம்மாவும் அங்கேயே உட்கார்ந்து பேசிக்கொண்டு பிள்ளைகளின் விளையாட்டைப் பார்த்துக்கொண்டிருந்தார்கள். ஒருபக்கம் வைத்திருந்த நூல் உருண்டைகள் ஒன்றுக்குள் ஒன்றாக மாட்டிக்கொண்டு சிக்காகி நூல் அறுபடாமல் அதை விடுவிப்பது மிகவும் சிரமமாக இருந்தது. என்ன முயற்சி செய்தாலும் நூலின் நுனியைத் தேட முடியாமல் ஏமாற்றமாக இருந்தது. இரண்டு பிள்ளைகளும் அந்த சிக்கை விடுவிக்க முயற்சித்துக்கொண்டு இருக்கும்போது அவளுடைய தம்பி அவனுடைய இயலாமையை வெளிப்படுத்த வார்த்தைகள் கிடைக்காமல் 'இவை எல்லாம் 'கோச்சர் காச்சர் ஆயிருச்சு' என்று கோபத்தால் சொன்னானாம். 'என்னடா, என்ன மொழி பேசற?' என்று அவள் சிரித்தபோது அழுத்தம் குறைந்து அவனும் சிரித்தானாம். அப்போதிருந்து அது அவர்களின் குடும்பத்தின் சொற்கருவூலத்தில் சேர்ந்து விட்டது. ஆரம்பத்தில் அக்கா தம்பி மட்டும் அதைப் பயன்படுத்தினார்கள். அந்தத் தருணத்தை நினைத்துச் சிரித்தாள். நானும் சிரித்தேன். பிறகு இவர்கள் வளர வளர இவர்கள் பேச்சுக்களில் வரும் அந்த வார்த்தையை அப்பாவும் அம்மாவும்

பயன்படுத்த ஆரம்பித்தார்கள். அப்படியே சொல்லிக்கொண்டே விபத்தில் ஒரு காலை இழந்த தம்பியின் நினைவு வந்து 'யார் யார் கூடவோ சேர்ந்து எல்லாம் கோச்சர் காச்சர் ஆயிடுச்சு. இல்லைன்னா அந்த பைக்கில போகவேண்டிய வாய்ப்பே வந்திருக்காது அந்த விபத்தும் நடந்திருக்காது...' என்றாள்.

மறுநாள் எங்கள் படுக்கையின் மீது கொஞ்சி விளையாடிக் கொண்டிருக்கையில் அவள் கால்களுக்கு இடையே என் கால்களை நுழைத்து 'பார் கோச்சர் காச்சர் ஆயிடுச்சு' என்று சிரிக்க முயன்றேன். அந்த வார்த்தை பிறந்த தருணத்தை நினைத்து அவள் சிரிப்பதைப்போல என்னால் சிரிக்க முடியவில்லை. அதை அவளைப் போல மிகவும் சுலபமாக என்னால் பயன்படுத்த முடியவில்லை. நான் சொல்லும்போது அது செயற்கையாக இருந்தது. ஆனாலும் அவள் அந்த இரகசியத்தைப் பகிர்ந்து கொண்டதால், எந்த மொழியிலும் இல்லாத அந்தச் சொல்லை, இந்த உலகத்தில் இப்போது தெரிந்திருக்கும் ஐந்து பேரில் நானும் ஒருவனானேன்.

o o o

அங்கே இருந்த ஒருவாரம் எங்கள் இருவரின் வாழ்க்கையில் மிகவும் மகிழ்ச்சியான நாட்கள் என்று தாராளமாகச் சொல்லலாம். ஆனாலும் இடையில் சில பேச்சுக்கள், நிகழ்வுகள் கைமீறி நடந்து இருவரையும் சிறிது குழப்பத்தில் ஆழ்த்தியது. எடுத்துக்காட்டாக நான் எறும்பை நசுக்கியது. அனிதா அதற்காக அழுததை நினைத்தால் அது வெறும் எறும்பின் சங்கதி மட்டுமல்ல என்று எனக்குத் தெரிந்தது. உண்மையாகவும் என்னைப் பொறுத்தவரை அது ஒரு பெரிய விஷயமாக இருக்கவில்லை. ஆனால், அப்படிச் சொன்னால் நிலைமை இன்னும் மோசமடையலாம். அதுபோலவே, அவள் மாலதியின் குடும்பத்தைப் பற்றிக் கேட்டபோது நான் அளித்த நேர்மையான பதில்களால் அவள் கலங்கிப் போயிருந்தாள். எனக்கு அவளிடமிருந்து எதையும் மறைக்கும் நோக்கம் இருக்கவில்லை. ஆனால், அவளுடைய பயந்த முகம் சில நேரம் என் வாயை அடைத்துவிடும். அதனால் எல்லாவற்றையும் சொல்ல என்னால் முடியவில்லை. ஊட்டியில் இருந்த நாட்களில் எனக்கு ஒன்றுமட்டும் தெளிவானது: அனிதா சொல்வதைக் கேட்டுக்கொண்டு கிடப்பவள் அல்ல. தோன்றியதைச் சொல்லத் தயங்குபவளும் அல்ல. கொள்கைக்காக என்ன வேண்டுமென்றாலும் செய்வாள். சில விஷயங்களில் சித்ராவை விடவும் கடுமையானவள். உத்தியோகம் செய்பவர்களின் மற்றும்

வியாபாரம் செய்பவர்களின் நீதி நிலைப்பாட்டில் வேறுபாடுகள் இருப்பதால் எங்கள் வீட்டில் அனிதா ஏற்படுத்தக் கூடிய குழப்பத்தை நினைத்து எனக்குச் சங்கடமாக இருந்தது.

நாங்கள் ஊட்டியிலிருந்து திரும்பியபின் அவளுக்கு ஏற்பட்ட பெரிய ஏமாற்றம் என் வேலை விஷயம். 'எத்தனை நாள் விடுமுறை?' என்று அவள் என்னை ஊட்டியிலேயே கேட்டாள். அந்த விநாடி என் கண்முன் இன்னும் அப்படியே இருக்கிறது. நாங்கள் இருவரும் காலை உணவை முடித்துக்கொண்டு அறைக்குத் திரும்பிக்கொண்டிருந்தோம், அவள் அந்தக் கேள்வியைக் கேட்டுக் கொண்டிருந்தபோது நான் அறையின் பூட்டைத் திறந்துகொண்டிருந்தேன். அன்று தாமதமாக எழுந்திருந்தோம். ஹோட்டலில் சிற்றுண்டி நேரம் முடிந்துவிடும் என்று வேகமாகப் போனோம். உணவருந்தும்போது அவள் எங்கள் வீட்டில் தாமதமாக எழுந்து பழக்கமே இல்லை. காலை எட்டுமணிக்குள் பலகாரத்தை முடித்து அப்பாவின் சாப்பாட்டு டப்பாவும் தயாராகிவிடும்...' என்று ஆரம்பித்து தன் வீட்டு தினசரியை விவரமாகச் சொன்னாள். அவளுடைய அப்பாவிற்கு உணர்திறன் மிக்க ஒவ்வாமை கொண்ட வயிறாம். அதனால் காப்பி ஒன்றைத் தவிர அவர் வெளியே எதையும் சாப்பிடமாட்டாராம். அதனால் பல்கலைக்கழகத்திற்குப் போவதற்கு முன்பே அவருடைய சாப்பாட்டு டப்பா தயாராக இருக்கவேண்டும். எப்படித் தன் அம்மா காலையில் எழுந்து எல்லோருக்கும் சிற்றுண்டி தயாரிப்பது மட்டுமல்லாமல் எட்டு மணிக்குள் கணவன் கையில் சாப்பாட்டு டப்பாவையும் கொடுத்தனுப்புகிறாள் என்று பெருமையாக நினைத்துக்கொண்டாள். 'நாங்கள் பள்ளிக்குச் செல்வதற்கு முன்பே அப்பா யூனிவெர்சிடிக்குப் புறபட்டுவிடுவார்.' என்று சிரித்தாள். அவர் சரியாக எட்டுமணிக்கு வீட்டைவிட்டுப் புறப்பட்டு, முதலில் நூலகம் சென்று ஒரு மணி நேரம் அங்கே இருந்துவிட்டு, பிறகு அவருடைய டிபார்ட்மெண்டுக்குப் போவாராம். தினமும் வகுப்பு முடிந்தவுடன் மறுபடியும் நூலகம் சென்று வீடு திரும்புவது ஏழு மணிக்கு.

உணவருந்தும்போது அவள் வீட்டின் தினசரியைப் பற்றி இவ்வளவு பேசியவள் கடைசியில் நடந்துவரும்போது மட்டும் மௌனமானாள். என் வேலை மற்றும் அதற்குத் தகுந்தபடி அவளுடைய தினசரியை எப்படிக் கட்டுப்பாட்டுடன் நடத்துவது என்று யோசித்துக் கொண்டிருந்தாளோ என்னமோ. நான் பூட்டைத் திறந்து கொண்டிருந்தபோது திடீரென்று அந்தக் கேள்வியைக் கேட்டாள்.

அறைக்குள் வந்து கதவைச் சாத்தியவுடன் அவளுடைய இடுப்பை வளைத்து 'உன்னுடன் இருப்பதற்கு நிரந்தரமாக

விடுமுறை போட்டுவிடுகிறேன்' என்று பேச்சை மாற்றினேன். 'சரியாகச் சொல், உண்மையைச் சொல்லுங்க' என்று பிடிவாதம் பிடித்தாலும் 'சொன்னேன்தானே, அதான் உண்மை; இனி நிரந்தர விடுமுறை' என்று அடிக்கடி அதை ராகமாகச் சொல்லி அதை லகுவாக்கி மிதக்கவிட்டேன்.

திருமணப் பேச்சுவார்த்தைகள் நடந்தபோது ஸ்ரீபதி என்னென்ன சொல்லி வைத்தாரோ தெரியாது. ஆனால், நான் சோனா மசாலா கம்பெனியில் பங்குதாரனாக வேலை செய்கிறேன் என்று சொன்னது மட்டும் உண்மை. அப்படிப் பார்த்தால் யார் கேட்டாலும் அதிகாரப்பூர்வமாக என் வேலையின் விவரமும் அதுதான். நான் தொழிற்சாலை பக்கம் போவதில்லை என்பது வேறு விஷயம்.

நாங்கள் ஊட்டியில் இருந்து திரும்பி வந்தது சனிக்கிழமை மதிய நேரம். பேருந்துப் பயணத்தின் சோர்வை தணித்துக் கொள்வதிலும், எங்கள் பெட்டிகளைக் காலி செய்வதிலும் அன்று மாலை கழிந்துவிட்டது. என்ன வாங்கினோம் என்பது மறந்துவிடும் அளவிற்கு ஊட்டி கடைவீதிகளில் கண்டதை எல்லாம் வாங்கினோம். இப்போது ஒவ்வொன்றாக அவை பைகளிலிருந்து வெளியே வரும்போது எங்களுக்கு வியப்பாக இருந்தது. சின்னச் சின்னக் கைவினைப் பொருட்கள், காப்பி மக், பலவகை ஹேர் கிளிப்புகள், ஏதோ பூ விதையின் பாக்கெட், போட்டோ பிரேம் இப்படி ஏதேதோ பொருட்கள் இருந்தன. அம்மாவிற்கு விசேஷமாக வடிவமைத்த கைப்பிடிக் கரண்டி, அப்பாவிற்கு கண்ணாடி வைக்கும் ஸ்டேண்ட், மாலதிக்கு அழகான பெட்டியில் ட்ரைப்ரூட்ஸ் மற்றும் மூன்று வகை சாக்லேட்டுகள், சித்தப்பாவிற்குச் சிறிய தண்ணீர்க் கூஜாவும் அனிதா வாங்கி இருந்தாள்.

எங்கள் வீட்டாருக்கு நாங்களே பரிசுகள் வாங்கும் பழக்கம் எங்களுக்கு எப்போதும் இருந்ததில்லை. நாங்கள் புது வீட்டிற்கு வரும்வரை என்றால் சோனா மாசலாவிற்கு முந்தைய நாட்களில் எதை வாங்குவதாக இருந்தாலும் அது விவாத விஷயமாக இருந்தது. மாலதியின் உடுப்பிலிருந்து அம்மாவின் சேலை வரை; என் பேண்டிலிருந்து அப்பாவின் கண்ணாடி வரை; எல்லாம் எல்லோருக்கும் தெரியும். யாருக்கும் தெரியாமல் எந்த ஒரு புதிய பொருளும் வீட்டிற்குள் நுழையாது. தீபாவளிக்குத் துணிகள் வாங்குவது கூட முதலில் பேசி முடிவெடுத்து வாங்கும் பொருள்தானே ஒழிய பரிசாகப் பெற்று வியப்படையும் வாய்ப்பு எங்களுக்குக் கிட்டியதே இல்லை. எங்கள் தேவைகளைப் பட்டிய லிடுவது, கிடைக்கும் பணத்தில் எவ்வளவு சாத்தியப்படுமோ

அதை வாங்குவது, மீதத்தை வாங்க அடுத்த வாய்ப்பிற்காகக் காத்திருப்பது – இப்படி இருந்த எங்கள் வாழ்க்கையில் பரிசுப் பொருட்களின் மடிப்புகளைப் பிரிக்கும்போது ஏற்படும் எதிர்பார்ப்புகளை நாங்கள் அனுபவிக்க வாய்ப்பு எப்படி வரும்? அதுமட்டுமல்ல, எல்லாம் ஒரே சட்டைப் பையிலிருந்து வரும்போது ஒருவருக்கொருவர் பரிசளிக்கும் கற்பனையே அபத்தமாகத் தெரிந்தது.

செலவு செய்ய வேண்டிய தொகைக்குக் கணக்கை அப்பா சொல்லும் வகை சிறப்பாக இருக்கும். பண்டிகைக்கு இரண்டு மூன்று வாரத்திற்கு முன் எல்லோரும் ஒன்றாக இருக்கும் நேரம் என்னைப் பார்த்து 'பேண்ட் வேணும்னு சொன்னயல்ல இந்த தீபாவளிக்கு வாங்கிட்டா போச்சு. முன்னூறுக்குள்ள என்ன வருமோ பாரு...' என்பார். அல்லது இது போன்ற செய்தியுள்ள பேச்சை மாலதிக்கும் சொல்வார். அதன் பொருள் என்னவென்றால் இந்தத் தீபாவளிக்குத் தலைக்கு முன்னூறு ரூபாய் – எனக்கும், அம்மாவுக்கும், மாலதிக்கும் கொடுக்கப்படும் என்பதுதான். அந்த முன்னூறு ரூபாயில் பேண்ட், சட்டை வாங்கினாலும், மூன்று சட்டைகளை வாங்கினாலும் அவருக்கு ஆட்சேபம் கிடையாது. அடுத்த வாரமே நாங்கள் அவருடன் சென்று அந்தத் தொகைக்குக் கிடைக்கும் துணிமணிகளை வாங்குவோம். சிலசமயம் எனக்கோ மாலதிக்கோ அதிகப் பணம் தேவைப்பட்டால் அம்மா தன் பங்கிலிருந்து அந்தத் தொகையை ஈடுசெய்வார். வேலைக்குச் சேர்ந்தபின் சித்தப்பா தனக்கு வேண்டிய துணிகளையும் தேவையான பொருள்களையும் அவரே வாங்கிக்கொள்வார். ஆனால், அவர் அதை அப்பாவிடம் சொல்வார் என்று நான் நினைக்கிறேன். யாரிடமும் சொல்லாமல் கொள்ளாமல் செலவு செய்யும் தைரியம் எங்கள் வீட்டில் யாருக்கும் கிடையாது. வீட்டில் உள்ளவர்களுக்கு அவள் வாங்கிய பொருட்களை அனிதா அழகான காகிதத்தில் கட்டி எடுத்து வந்திருந்தாள். பையிலிருந்து அவற்றை எடுத்து ஒருபக்கமாக அடுக்கி வைத்தாள். பைகளைக் காலி செய்துகொண்டே, அவள் துணிகளுடன் என்னுடையதையும் சேர்த்தே துவைக்கப் போட்டாள். அறையின் மூலையில் துவைக்கப் போட்ட துணிகளே ஒரு பெரிய குப்பையாகக் கிடந்தது. அதைத் துவைக்கப் போடும் முன் என் பேண்ட், சட்டைப் பைகளைத் தேடி அங்கே சில்லறைக் காசுகள் இருக்கும்போதெல்லாம் என் அலட்சியப் போக்கைப் பொய்க் கோபத்தால் குத்திக் காட்டுவாள். என் பையில் பஸ் டிக்கெட்டிலிருந்து, ஹோட்டல் பில் வரை, பல பொருள்களைப் பல இடங்களில் வாங்கிய ரசீதுகள், கடைகளின் விசிட்டிங் கார்டுகள், சின்னச் சின்னக் காகிதத் துண்டுகள்

இப்படி ஒரு குப்பை இருந்தது. 'பார்க்காமல் போட்டுவிடு, எல்லாம் குப்பை' என்றேன். ஆனால், அந்த ரசீதுகளுக்கும் ஊட்டியில் நாங்கள் கழித்த இன்பமான நேரங்களுக்கும் ஏதோ உறவு இருப்பதைப்போல, ஒன்றொன்றாக அதைப் பிரித்து, மேசை மீது ஒரு பக்கமாக வைத்து, மீதிக் காகிதங்களைக் குப்பைத் தொட்டியில் போட்டாள். பிறகு நாங்கள் குளித்துவிட்டு, சிறிது ஓய்வெடுத்து, சாப்பாட்டு நேரத்திற்காகக் காத்திருந்தோம். பரிசுப் பொருட்களைச் சீக்கிரமாகக் கொடுத்துவிட விரும்பிய எனக்குள் ஏதோ குழப்பம் இருந்தது. அவள் மட்டும் கீழே போவதற்காகக் காத்துக்கொண்டிருந்தாள்.

சாப்பாட்டிற்கு அழைப்பு வந்ததும் பரிசுப் பொருட்களை எடுத்துக்கொண்டு புறப்படும்போது, 'இதை எல்லாம் இப்பவே கொடுத்துவிடுங்கள். இப்போது எல்லோரும் ஒன்றாகக் கிடைப்பார்கள். நீங்களே கொடுங்கள்.' என்றாள். இதை எப்படிச் சமாளிப்பது என்று எனக்குத் தெரியவில்லை. 'நீயே கொடு' என்று மெல்ல முணுமுணுத்தேன். என் வற்புறுத்தலுக்கும் வலுவிருக்கவில்லை. அப்பாவுக்கும் சித்தப்பாவுக்கும் வாங்கியதை என் கையில் கொடுத்தாள். மற்ற இரண்டையும் அவள் எடுத்துக்கொண்டாள். நாங்கள் இருவரும் படி இறங்கி கீழே வரும்போது மற்றவர்கள் எல்லாம் அங்கே கூடி இருந்தார்கள்.

'அனிதா ஊட்டியிலிருந்து உங்களுக்கெல்லாம் ஏதோ வாங்கிவந்திருக்கிறாள்' என்று நான் அம்மாவை நோக்கி எல்லோருக்கும் கேட்கும்படி பெரிதாகச் சொல்லி, என் பேச்சு செயற்கையானதோ என்று உறுத்தல் ஏற்பட்டு, இவை சீக்கிரம் முடியட்டும் என்ற அவசரத்தில் அப்பாவிற்கு வாங்கிய ஸ்டேண்டை அவர் கையில் வைத்தேன். கூஜாவை சித்தப்பாவின் முன் வைத்து 'இது உங்களுக்கு' என்றேன். அதற்குள் அனிதா தான் எடுத்து வந்ததை அம்மாவுக்கும் மாலதிக்கும் கொடுத்தாள்.

நான் தயக்கத்துடன் நடந்துகொண்டால், அனிதா உற்சாகமாக இருந்தாள். அப்பாவின் கையில் இருந்ததை அவள் வாங்கி 'இது என்ன தெரியுமா?' என்று கேட்டுக்கொண்டே அந்தப் பொட்டலத்தைப் பிரித்துக் கண்ணாடி ஸ்டேண்டை வெளியே எடுத்தாள். 'குளிக்கப் போகும்போது இல்லை படுக்கப் போகும்போது கண்ணாடியை இதன் மீது வைத்துவிடுங்கள். அப்போது அதன் மீது கீறல் விழாது . . .' என்று விவரமாகச் சொன்னாள். அப்பா அதைப் பழக்கப்படுத்திக் கொள்வதைப் போலக் கண்ணாடியை இரண்டு முறை ஸ்டேண்ட் மீது வைத்தெடுத்து திரும்பவும் போட்டுக்கொண்டார். அப்போதே சித்தப்பா கூஜாவை எடுத்து வெளியே வைத்திருந்தார். அதைப்

பார்த்ததும் அம்மா 'இதை உன் ஆபீஸில் வைத்துக்கொள்' என்று அவருக்குச் சொன்னாள். அதை ஏற்றுக்கொண்டு 'கண்டிப்பாக எடுத்துச் செல்கிறேன்' என்று சொல்லி எழுந்து போய், அவர் சாவிக்கொத்தை வைக்கும் சிறிய மேசைமீது கூஜாவிற்கும் இடத்தை ஒதுக்கினார். சாவிக்கொத்துடன் இருந்தால் காலையில் அலுவலகத்திற்குப் போகும்போது அதை எடுத்துப்போக மறக்கமாட்டோம் என்ற அவர் எண்ணம் எங்களுக்கெல்லாம் தெரிந்ததே.

மாலதி தன் கைக்கு வந்த பொட்டலத்தைப் பிரித்துப் பார்த்து 'இது எனக்கு மட்டும், யாருடனும் பகிர்ந்துகொள்ள மாட்டேன்' என்று சிறிது வேடிக்கையான குரலில் சொல்லி, அதைப் பரண் மீது ஏறும் படிக்கட்டிற்குப் பக்கம் வைத்துவிட்டு வந்தாள். அம்மா கரண்டியைப் பார்த்து 'யாராவது வரும்போது பயன்படுத்தலாம்' என்று தனக்குத் தானே சொல்லிக்கொண்டு அதை உள்ளே எடுத்துச் சென்றார்.

இது இப்படி நல்லபடியாக முடிந்தது எனக்கு மகிழ்ச்சியைக் கொடுத்தது. ஆனால், இவை எல்லாம் நடக்கும்போது அங்கே இருந்த இறுக்கமான சூழ்நிலையை நான் அடையாளம் கண்டுகொண்டேன். அங்கெங்கோ தொக்கிய வார்த்தைகள் எனக்குக் கேட்டது. 'ஊர்க்காரன் நெய் என் பொண்டாட்டி கை' என்ற வார்த்தை அங்கே யாரோ ஒருவரின் மனதிலிருந்து வெளியே வரத் தவித்துக் கொண்டிருந்ததை நான் ஊகித்தேன். நான் செலவு செய்யும் பணத்தின் மீது கேள்விக்கப்பாற்பட்ட உரிமை இருந்திருந்தால் எனக்கு எந்தத் தயக்கமும் இருந்திருக்காது. நானும் அனிதாவைப் போலவே உற்சாகமாக இருந்திருக்கலாம். ஆனால், இந்த வீட்டில் பணமும் அதன் வினியோகமும் எப்படிப்பட்ட சிக்கலான புதைகுழியில் மாட்டிக்கொண்டிருக்கிறது என்றால், அது என் கையிலிருந்து செலவாவதற்கும் அனிதாவின் மூலமாக ஆவதற்கும் தனித்தனி பொருள் உண்டு. எந்த வீடாகவே இருக்கட்டும், கணவன் உழைத்த பணத்தை மனைவி சுதந்திரமாகச் செலவு செய்யத் தொடங்கியவுடன் கணவன் வீட்டாரின் கண்கள் சிவந்துவிடுகின்றன. ஆனால், எங்கள் வீட்டுச் சிக்கல் அதைவிடவும் அதிகக் குழப்பமானது மற்றும் தனியானது.

என் முதல் சம்பளத்தில் தனக்குச் சேலை வாங்கிக் கொடுக்கவேண்டுமென்று நான் உயர்நிலைப் பள்ளியில் படித்துக் கொண்டிருந்த போதே அம்மா சொல்வார். 'பட்டுச் சேலை வாங்கிக்கொடுக்கும் பெரிய வேலை கிடைக்க வேண்டும் எனக்கு' என்று விருப்பப்பட்டேன். இதன் நாடகத் தன்மை எவ்வளவு பலமாக இருந்தது என்றால் அவருக்கு அப்படி விலையுயர்ந்த சேலை வாங்கிக்கொடுக்கும் காட்சியைப் பலமுறை

ஊகித்துக்கொண்டு வளமான எதிர்காலத்தைப் பற்றி நான் பகல் கனவு கண்டிருக்கிறேன். அதன் உதவியால் தேர்விற்குப் படிக்கும் சிரமத்தைப் பொறுத்துக்கொண்டிருக்கிறேன். ஆனால், சோனா மசாலாவின் வெற்றியுடன் அந்தக் காட்சி முதலில் அம்மாவின் பேச்சிலிருந்தும், பிறகு என் கனவிலிருந்தும் சத்தமில்லாமல் மாயமானது. என் முதல் வருமானத்தைப் பற்றி யாருக்கும் தெரியவில்லை. எப்படி என்றால் எனக்கே அது தெரியவில்லை! சோனா மசாலாவில் நான் வேலையை ஆரம்பித்தபோது என் பெயரில் புதிய வங்கிக் கணக்கு திறக்கப்பட்டது. எனக்கு ஒரு விசிட்டிங் கார்டும் கிடைத்தது. ஒருமுறை வங்கி பாஸ் புக்கைப் புரட்டியபோது சில மாதங்களாகக் குறிப்பிட்ட ஒரே தொகை கணக்கில் வரவு இருப்பதைக் கவனித்தேன். அப்போதுதான் எனக்கும் சம்பளம் வருகிறது என்பது தெரிந்தது! இனி அதிலிருந்து அம்மாவிற்கு சேலை வாங்கிக் கொடுக்கும் மகிழ்ச்சியைக் கொண்டாடுவது அர்த்தமற்றது என்று சொல்வது மேல்.

நெஞ்சுக்குள் சிக்கிக்கொண்ட அந்த வார்த்தைகளின் சகித்துக் கொள்ளமுடியாத நாற்றம் எல்லாப் பக்கங்களிலும் பரவிவிடுமோ என்ற ஆதங்கத்தில் நான் சாப்பிட்டு முடிக்க அவசரப்பட்டேன். அதையும் அம்மா கவனித்தவர் போல 'அவசரப்படாதே, சாப்பிட்ட பிறகு பழம் தர்றேன், நல்ல ஆப்பிள் இருக்கு' என்று என்னைப் பிடித்துவைக்க முயன்றார். 'வேண்டாம்மா, பயணக் களைப்பால் சாப்பாடே வேண்டாமுன்னு தோணுது, படுத்தாப் போதும்' என்று சொல்லி தப்பித்துக்கொண்டேன்.

மறுநாள் ஞாயிற்றுக்கிழமை. காலை முழுவதும் சோர்வாகவே கழிந்தது. மதிய தூக்கத்திற்குப் பிறகு டீ குடித்துக் கொண்டே உட்கார்ந்திருந்தபோது அனிதா மறுபடியும் நான் வேலைக்குப் போகும் பேச்சை எடுத்தாள். திருமணமும் ஆனது, தேன்நிலவும் முடிந்தது. இனி மறுநாளிலிருந்து நான் வேலையைத் தொடர்வேன் என்பது அவளுடைய எதிர்பார்ப்பாக இருக்கலாம். எங்கள் அறையில் கட்டிலின் மீது டீக் கோப்பையைப் பிடித்துக்கொண்டு நான் உட்கார்ந்திருந்தேன். எனக்கு எதிரில் இருந்த நாற்காலியில் அவள் இருந்தாள்.

'நாளைக்கு வேலைக்குப் போகவேண்டும் என்று கவலையா?' என்று கொஞ்சும் குரலில் கேட்டாள்.

கடைசி வாய் டீயைக் குடித்துக் கோப்பையை மேசைமீது வைத்துக்கொண்டே சொன்னேன்: 'நான் ஒண்ணும் போகவில்லை விடு, அது எப்படியோ பாழாப் போகட்டும்...'

அவள் என் பேச்சுக்களை வேடிக்கை என்றே நினைத்தாள். இப்படி வேலை ஒன்றும் தன்னைவிடப் பெரிதல்ல என்று சொல்லும்

ஆணின் வார்த்தைகள் ரம்மியமாகவே தெரிந்திருக்கலாம். சில நொடிகளுக்குப் பிறகு கேட்டாள் 'உங்களுக்கு மதியம் சாப்பாட்டிற்கு டப்பா கட்டிக் கொடுக்கணுமா என்ன?'

'அய்யோ, வேண்டாம் விடு. சாப்பாட்டைப் பற்றி நான் என்னைக்கும் கவலைப்பட்டதே இல்லை. அதைப் பற்றி நீ தலையைக் கெடுத்துக்க வேண்டாம். என் வேலைக்கு நேரம் காலம் கிடையாது...' இனி பேச்சைத் தொடர்ந்தால் அபாயமென்று அறையைவிட்டு வெளியே வந்தேன்.

மறுநாளிலிருந்து அனிதாவிற்கு எங்கள் வீட்டு தினசரி நடவடிக்கைகள் புரியத் தொடங்கின. காலையில் எல்லா வேலைகளையும் முடித்துக்கொண்டு சித்தப்பா எட்டரை மணிக்குக் கிளம்புவார். பலகாரம் தயாராகவில்லை என்றால் சாப்பிடாமல் போவாரே தவிர, தாமதமாகப் புறப்படமாட்டார். அதற்குள் அவர் ஃபோன் பலதடவை மணியடித்திருக்கும். அவருடைய அவசரமான நடை, சட்டைப் பொத்தானைப் போட்டுக்கொண்டே படி இறங்கி வரும் விறுவிறுப்பு, எதை முன்னால் வைத்தாலும் வாய்திறக்காமல் சாப்பிடும் உணவைப் பற்றிய அலட்சியம், சாவிக்கொத்தை எடுத்து பையில் போடும் வேகம் ஆகியவற்றையெல்லாம் கவனித்தால் தன் தொழிலில் ஆழ்ந்த ஈடுபாடுள்ளவர்களின் இலட்சணங்கள் தெரியும். அவர் ஃபோனில் வியாபார விஷயம் பேசும்போது யாரும் சத்தம் போடமாட்டோம்.

சித்தப்பா புறப்பட்டதும் வீட்டின் இறுக்கம் தளர்ந்துவிடும். இனி மீதமிருக்கும் எந்த வேலைகளுக்கும் நேரக் கட்டுப்பாடு இருக்காது.

திங்கட்கிழமை காலையில் வீட்டில் நடந்த இந்த விறுவிறுப்பான செயல்களைக் கவனித்த அனிதாவிற்கு எனக்குப் புறப்பட தாமதமாகிவிட்டதோ என்ற பதற்றம் ஏற்பட்டது. வந்து என்னை எழுப்பினாள். 'அவசரப் படாதே, நான் போக இன்னும் நேரமாகும்' என்று உற்சாகமில்லாமல் பதில் சொன்னேன். எப்போதும்போல ஓய்வாக எழுந்து, டீயுடன் நாளிதழை ஒரு எழுத்து விடாமல் படித்து, பிறகு குளித்து சிற்றுண்டி சாப்பிட வந்தேன். 'அவனுக்கு தோசை சுடச்சுட இருந்தால்தான் பிடிக்கும்' என்று அம்மா சொல்லி ஒவ்வொரு தோசையாகச் சுட்டுக் கொடுத்தார். இரண்டு தோசைகளுக்கு இடையே நான் அனிதாவைப் பார்த்துக் கண் சிமிட்டினேன். நான் அவசரப்படாமல் இருப்பது அவளைக் குழப்பத்தில் ஆழ்த்தி இருக்கலாம். இப்படி நான் தயாராவதில் அவள் எப்படிப் பங்கேற்கமுடியும் என்று தெரிந்துகொள்ள முயற்சித்துக்

கொண்டிருந்தாள். நான் வீட்டை விட்டு வெளியே போகும் முன் கைக்குட்டையை மடித்துக் கொடுத்தாள். நான் வீட்டை விட்டபோது சுமார் பத்து மணியாகி இருந்தது.

அன்று மூன்றரை மணிக்கே வீட்டிற்கு வந்தேன். அனிதாவிற்கு வியப்பாக இருந்தாலும் ஒன்றும் சொல்லவில்லை. இரண்டாம் நாள் ஒருமணிக்கே வந்து சாப்பிட்டுவிட்டு மதியம் தூங்கவும் செய்தேன். மூன்றாம் நாள் வெளியே கால் வைக்கவில்லை. தலைவலி என்ற சாக்கைச் சொல்லிப் படுத்தேன்.

நான்காம் நாள் காலையில் குளித்துவிட்டு ஆடை உடுத்தித் தயாராகி, கண்ணாடி முன் நின்று தலைவாரிக் கொண்டிருந்தபோது அவள் அறைக்குள் வந்து கதவைச் சாத்தினாள். கட்டிலின் மீது அமர்ந்து உறுதியான குரலில் கடுமையான கேள்விகளைக் கேட்கத் தொடங்கினாள். அப்போது வீட்டில் சித்தப்பாவிற்குக் கொடுக்கும் முக்கியத்துவத்தைப் பார்த்து அவளுக்கு எல்லாம் புரிந்திருக்கலாம்.

'உண்மையைச் சொல்லுங்கள், உங்கள் வேலை என்ன?' இந்த வீடு யார் சம்பாத்தியத்தில் நடக்கிறது? ஏன் நீங்கள் எதையும் தெளிவாகச் சொல்வதில்லை. நீங்கள் தினம் எங்கே போகிறீர்கள்? இன்று இதற்கு விடை கிடைக்காமல் நான் சாப்பிடப்போவதில்லை...' என்று பிடிவாதம் பிடித்தாள்.

அவளிடமாவது நான் உண்மையைச் சொல்லவேண்டும் என்று தோன்றியது. அவள் முன்னால் நாற்காலியில் அமர்ந்து எங்கள் வீட்டின் முழு விவரத்தையும் அவளுக்கு விவரமாகச் சொன்னேன். 'எதற்கும் குறைவில்லை. யார் செய்தால் என்ன, வேலை நடந்தால் சரிதானே. எங்களிடம் பணம் குறைவாக இருக்கிறது என்று எண்ணிவிடவேண்டாம்' வேலை செய்யாமல் உட்கார்ந்து கொண்டே வண்டி ஓடும் என்றால் ஓடட்டும் என்ற அர்த்தத்தில் பேசினேன். அவளுடைய எதிர்வினை நான் எண்ணியதைவிட வேறுமாதிரியாக இருந்தது.

'எதற்காக என்னை ஏமாற்றினீர்கள்? நீங்களே மற்றொருவரின் தயவில் இருக்கும்போது ஏன் திருமணம் செய்துகொண்டீர்கள்? எனக்கு இதெல்லாம் உண்மையாகத் தேவை இல்லை. குறைந்த வருமானத்திலும் என்னால் வாழமுடியும். நீங்கள் ஒரு கௌரவமான வேலையைத் தேடிக்கொள்ளுங்கள். எந்த வேலையானாலும் சரி. இல்லை என்றால் தினமும் தொழிற்சாலையில் வேலைக்குச் சென்று அதற்குரிய சம்பளத்தைப் பெறுங்கள். இந்தப் பிச்சைச் சோறு வேண்டாம் என்று உங்களுக்கு எப்பவும் தோன்றவில்லையா?

நான் அவளைப் பல வழிகளில் சமாதானம் செய்தேன். சோனா மசாலாவில் அப்பாவின் பங்கைக் குறிப்பிட்டு, பேச்சுக்கு இடையில், 'எல்லாம் கடைசியில் நமக்குச் சொந்தம்தானே?' என்பதைச் சேர்த்தேன். ஆனால், இந்தக் 'கடைசியில்' என்பது பல இடர்ப்பாடுகளைக் கடந்து வரும் சங்கதி என்பதை அவளுக்கு விவரிக்கவேண்டிய அவசியமிருக்கவில்லை. அவளுக்கு அந்த வார்த்தை அசிங்கமாகப்பட்டது. அதுவும் அப்பாவிடமிருந்து வாரிசு உரிமையில் வரவேண்டிய சொத்து. சிறிது முன்பின் ஆனாலும் அதற்கு ஆபத்து வரும். என் சொந்த வருமானம் பூஜ்யம் என்பதை மட்டும் அவளால் தாங்கிக்கொள்ளச் சிரமமாக இருந்தது. குடும்பத்திற்குச் சொந்தமானதை நான் 'என்னுடையது' என்று பார்ப்பதைப்போல அவளால் பார்க்கமுடியவில்லை. அவளுக்கு நான் வேறு. என் குடும்பம் வேறு.

அவள் கட்டிலின் மீது உட்கார்ந்து வெகு நேரம் அழுதாள். விக்கி விக்கி அழுதாள். அதற்கு இடையில் 'அப்படி அவசியம் ஏற்பாட்டால் நானும் வேலைக்குப் போகிறேன்... மனிதனுக்குச் சொந்தக் காலில் நிற்கும் ஆசை இருக்கவேண்டும் ... அடுத்தவங்க காசுல திங்கக்கூடாது...' என்றாள். அவளுக்கு அழுகை பொங்கி வழிந்தது.

உண்மையைச் சொல்லவேண்டும் என்றால் அவளுடைய அந்தச் சொற்கள் என் ஆண்மையைத் தாக்கின. நான் அதைப் பற்றி யோசித்தேன். ஆனால், என்ன செய்யவேண்டும் என்பது மட்டும் எனக்குப் புரியவில்லை. எனக்கு இனி ஏதாவது வேலை கிடைக்கும் என்ற நம்பிக்கை இருக்கவில்லை. என்னிடம் அப்படி எந்தத் திறமையும் இருக்கவில்லை. நான் சொன்னேன்: 'நான் தினமும் எங்கள் தொழிற்சாலைக்குப் போய்க்கொண்டிருந்தேன். இப்போது திருமணத்திற்குப் பிறகு போகவில்லை அவ்வளவுதான். இன்றிலிருந்து திரும்பவும் போகத் தொடங்குகிறேன். அதுமட்டுமல்ல அங்கே இன்றிலிருந்து சரியாக வேலையையும் ஆரம்பிக்கிறேன்.' இப்படி அல்லாமல் அவளுக்கு ஆறுதல் சொல்ல வேறு வழி தெரியவில்லை.

பிறகு அவளே தன்னை ஆசுவாசப் படுத்திக்கொண்டாள். அழுதது யாருக்கும் தெரியக்கூடாதென்று முகம் அலம்பி வந்தாள். நானும் ஒன்றும் பேசாமல் அவளைப் பார்த்துக்கொண்டே உட்கார்ந்திருந்தேன். 'இன்றிலிருந்தே சரியாக வேலையை ஆரம்பியுங்கள்' என்று சொன்னவள் கதவைத் திறந்து வெளியே போய்விட்டாள்.

இவை எல்லாம் எங்கள் அறையில் மூடிய கதவுக்குப் பின்னால் நடந்தாலும் வெகு சூட்சுமமான அம்மாவிற்கு இதன் துப்பு கிடைத்திருக்கலாம் என்ற ஐயம் இருந்தது.

அன்று இரவு நான் படுக்கும் முன்பு கவனித்த சங்கதி ஒன்று என் தூக்கத்தைக் கெடுக்கக் காரணமானது. ஊட்டியில் நாங்கள் வாங்கிய பொருட்களின் ரசீதுகள் அன்று காலைவரை என் மேசையின் மூலையில் இருந்தது எனக்கு நன்றாக நினைவிருந்தது. இரவு படுக்கும் முன் பார்த்தால் அவை அங்கே இருக்கவில்லை. குப்பைக் கூடையைக் கவனித்தேன்: அவை அங்கு கசக்கி உருண்டையாகக் கிடந்தன. அனிதாவைத் தவிர வேறு யாரும் அதைத் தூக்கிப் போட்டிருக்கமாட்டார்கள் என்று எனக்குத் தெரியும். ஆனால், நான் அவளிடம் அதைப்பற்றிக் கேட்கவில்லை.

படுக்கையை அடைந்த வெகு நேரத்திற்குப் பிறகும் எனக்கு தூக்கம் வரவில்லை. நாங்கள் ஊட்டியின் கடைவீதிகளில் பொருட்களை வாங்கிய காட்சிகள் கண்முன் வந்தன. அவள் மீது காதல் பொங்கியபோது அவள் ஆசைப்பட்டதை வாங்கிக் கொடுக்கவேண்டும் என்று என் மனம் விரும்பியது. இது ஒரு புரியாத உணர்வு. அவள் எதையாவது விரும்ப வேண்டும் என்றும் அவற்றை நான் ஈடேற்றுவதன் வழியாக அவளுக்கு நெருக்கமாக வேண்டும் என்றும் ஆசைப்பட்டேன். ஒன்றாகக் கடைத் தெருக்களில் திரியும்போது அவள் கண்ட கண்ட கடைகளுக்குள் நுழைந்து பார்த்துக்கொண்டிருந்த போது அவளுடைய விருப்பங்களை நிறைவேற்ற எளிதான வாய்ப்புகள் கிடைத்ததைப்போல அவளை வாங்கத் தூண்டினேன். முதல் நாள் கடைத் தெருவைச் சுற்றி வந்த பிறகு அவள் தயக்கத்துடன் ‘நிறைய செலவு செய்து விட்டேனா?’ என்று கேட்டாள். ‘பணத்தைப் பற்றி நீ யோசிக்கவேண்டாம், அப்படி ஒரு சூழ்நிலை ஏற்பட்டால் சொல்கிறேன்’ என்றேன். அதற்காக விலையுயர்ந்த பொருட்களை நாங்கள் வாங்கவில்லை. முடிந்த இடங்களில் அவள் பேரம் பேசினாள். இப்படி என் பணத்தைப் பற்றி அவள் காட்டிய அக்கறை எனக்கு மிகவும் பிடித்திருந்தது. அப்படியே அவள் உரிமையுடன் ‘முப்பத்தைந்து கொடுங்கள்’, ‘இவருக்கு இருநூறு கொடுங்கள்’, ‘இவருக்கு எழுபத்தி ஐந்து’ என்று என்னிடமிருந்து கடைக்காரர்களுக்குப் பணத்தைக் கொடுக்கச் செய்ததுவும் எனக்கு மிகவும் பிடித்திருந்தது. ஊட்டியில் இருந்த நாட்களில், தினமும் மாலை சுற்றித் திரிந்த நாங்கள், ஏதாவது ஒரு பொருளை வாங்காமல் திரும்பியதே இல்லை. இப்படி நினைவுகளோடு ஒட்டிக்கொண்டிருந்த அந்த ரசீதுகளை கசக்கித் தூக்கி எறிவது எத்தனை வருத்தமானது என்பதை என்னால் எண்ணிப் பார்க்கக்கூட முடியவில்லை. அவற்றைக் குப்பைக் கூடையில் பார்ப்பதுவும் அவ்வளவு எளிய செயலில்லை.

நான் மறுபடியும் சோனா மசாலா தொழிற்சாலைக்குப் போகத் தொடங்கினேன். சரியாக ஒன்பது மணிக்கு வீட்டிலிருந்து புறப்படுவேன். வீட்டுக்குத் திரும்புவது மாலைக்குப் பிறகுதான். ஆனால், வேலை செய்யும் என் முயற்சி வெகுநாட்களாக நடக்கவில்லை. பிரச்சினை பழையதுதான் – நான் செய்யவேண்டிய வேலை என அங்கே எதுவும் இல்லை. ஆனால், தினமும் போவதால் ஒரு நன்மை ஏற்பட்டது, ஒவ்வொரு மாதமும் என் கணக்கில் சிறிது அதிகமாகப் பணம் வரவானது. திருமணத்திற்குப் பிறகு என் தேவைகள் அதிகமாகி இருக்கலாம் என்று சித்தப்பா காட்டிய தயவாக இருக்கலாம். தினசரி செலவிற்கும் என் சொகுசு வாழ்க்கைக்கும் குறைவிருக்கவில்லை. ஆனால், அனிதாவின் எதிர்பார்ப்பு வேறாக இருந்தது.

○ ○ ○

மனைவியின் மீது உரிமை கொண்டாட கணவன் பணத் தேவையை நிறைவு செய்யவேண்டுமே தவிர சுயமாக உழைக்க வேண்டும் என்று நான் என்றும் எண்ணியதில்லை. ஆனால், சொந்த உழைப்பைப் பற்றிய அனிதாவின் விருப்பங்கள் ஒவ்வொன்றாக என் அறிவுக்கு எட்டியது. பிறகு நான் தவறாமல் தொழிற்சாலைக்குப் போகத் தொடங்கினேன். நேரத்துக்குச் சரியாக என் தினசரி நடந்தது. நான் உண்மையாக எவ்வளவு வேலை செய்கிறேன் என்ற இரகசியம் சித்தப்பாவிற்கு மட்டுமே தெரியும். எவ்வளவு ஒழுங்காக நான் தொழிற்சாலைக்கும் காப்பி ஹௌசுக்கும் போய்க்கொண்டிருந்தேன் என்றால் அங்கே வேலை செய்பவர்களுக்குக் கூட அந்த அளவிற்கு வருகைப் பதிவு இருக்காது! காப்பி ஹௌசுக்கு தினமும் போவதை நான் அனிதாவிற்குச் சொல்லி இருக்கிறேன். அது தொழிற்சாலைக்குப் பக்கத்தில் இருக்கும் ஒரு ஹோட்டல் என்று நினைத்திருக்கிறாள். நான் அவளை என்றும் காப்பி ஹௌசுக்கு அழைத்துச் செல்லவில்லை. ஆனால் வின்சென்ட் பற்றி சொன்னது – அதுவும் கொஞ்சம் வேடிக்கையாக!

அனிதா தனக்குப் பிடிக்காத எதையும் வாய்விட்டுச் சொல்லத் தயங்கமாட்டாள். அவள் வீட்டில் வளர்ந்து வந்த விதமே அப்படித்தான். ஆனால், எங்கள் வீட்டில் எழுதப்படாத சட்டங்கள் எல்லாம் இதற்கு எதிர்மறையாக இருந்தன! புதிய வீட்டிற்கு வந்த பிறகோ நாங்கள் சித்தப்பாவின் எந்த விவகாரத்தைப் பற்றியும் வாய்திறக்கமாட்டோம். அரசாங்க அதிகாரிகள் சோனா மசாலா கம்பெனியுடன் எவ்வளவு ஒத்துழைப்புடன் இருக்கிறார்கள் என்று சித்தப்பா என்றைக்காவது பெருமையுடன் பீத்திக்கொண்டால் அவருக்கு

சங்கடம் ஏற்படும்படி கேள்விகளைக் கேட்கமாட்டோம். இதற்கு விதிவிலக்கு அப்பா மட்டுமே. அவ்வப்போது அவர் சேல்ஸ்மேன் ஆக இருந்த நாட்களை நினைத்துக்கொள்வார். தன்னுடைய மற்றும் தன் கம்பெனியின் நேர்மையைப் பற்றிப் பெருமையுடன் சொல்லிக்கொள்வார். அப்போது யாரும் பேசமாட்டோம். அப்போது விஷயத்தைத் திசை திருப்பவோ அவருடைய இலக்கை வேறுபக்கம் இழுக்கும் வேலையையோ அம்மா செய்வார். அப்பாவின் இப்படிப்பட்ட செயல்கள் அவருடைய கவலையின் உச்சம் என்று சொல்லி மறைக்க முயற்சிப்போம். உண்மையைச் சொல்லவேண்டும் என்றால் அப்பாவின் வேலையில் நாங்கள் ஒன்றாக ஒத்துழைத்ததை நினைத்துக் கொண்டு அன்றைக்கும் இன்றைக்கும் இருக்கும் வித்தியாசம் எங்கள் வாயை அடைத்தது. சோனா மசாலா எங்களுக்குச் சொந்தமானாலும் அதன் விவகாரங்கள் எதுவும் வீட்டில் யாருக்கும் தெரியாது. ஆரம்பத்தில் அப்பா தொழிற்சாலைக்கு போய் உதவி செய்ய முயன்றார். ஆனால், அவரால் பிரச்சினைகள் அதிகமான பிறகு அதை முழுதுமாக விட்டுவிட்டார்.

அது எதுவாகவே இருக்கட்டும் அப்பாவையும் சித்தப்பாவையும் எதிர்த்துப் பேசுவது எங்கள் கனவிலும் நினைவிலும் கிடையாது. அதற்குச் சுயநலம் ஒன்றே காரணம் என்றால் மிகையாகும். அம்மாவுடனோ மாலதியுடனோ பேச்சுக்குப் பேச்சு வளர்ந்து சண்டை விபரீதமானால் அனிதா எகத்தாளமாகச் சித்தப்பாவைப் பற்றியோ அப்பாவைப் பற்றியோ எதையாவது முணுமுணுப்பாள். அது அவர்களின் காதுகளுக்கு எட்டக்கூடாது என்று நாங்கள் தவிப்பதைப் பார்த்து மகிழ்ச்சியுறுவாள். பேச்சு அந்தத் திசையில் திரும்பும்போது அம்மா ஆயுதங்களைத் துறந்துவிடுவார். அவருக்கு இந்தச் சண்டையில் வெல்வதைவிடவும் வீட்டின் சமநிலையைப் பாதுகாப்பது மிகவும் முக்கியம். அதனால் எல்லோரும் ஒன்றாக இருக்கும்போது அனிதா ஏதாவது பேசினால் குண்டு வெடிக்குமோ என்ற சிறிய பதற்றம் எங்களுக்குள் எப்போதும் தலைதூக்கி நிற்கும்.

இதுதான் என்று சுட்டிக் காட்டாவிட்டாலும் சில சங்கதிகள் மனதிற்குப் புரியும். ஒருமுறை வந்த மசாலா பொருட்களின் ட்ரக் பல காட்சிகளை மனதில் விட்டுச் சென்றது. அது நடந்தது இப்படி:

அப்போது எங்கள் வீட்டுப் பக்கத்து காலி வீட்டை வாடகைக்கு எடுத்து மசாலா பொருட்களைச் சேகரித்து வைத்திருந்தோம். அவ்வப்போது இரவு அங்கே மசாலா பொருட்கள் நிறைந்த லாரிகள் வரும். சுமார் ஒன்பது மணிக்கு

வந்தால் பத்துமணிக்குள் இறக்கி வைத்துவிட்டுப் போவார்கள். ஒருமுறை லாரி ஒன்று இரவு பதினொரு மணிக்கு வந்தது. லாரி வந்த சத்தத்திற்கு விழிப்பு வந்தது. அனிதா பாதி தூக்கத்திலேயே முனகத் தொடங்கினாள். அது எனக்குப் பிடிக்கவில்லை. இந்த வியாபாரம் எங்கள் வாழ்க்கையின் அடிப்படை என்பதை ஒருவேளை அவள் இன்னும் உணராமல் இருக்கலாம் என்று தோன்றியது. எழுந்து, அறையில் விளக்கைப் போட்டேன். சன்னலிலிருந்து வெளியே எட்டிப்பார்த்தேன். அப்போதே சித்தப்பா தெருவில் இருந்தார். மாடியில் இருந்த எங்கள் அறையிலிருந்து எல்லாம் தெளிவாகத் தெரிந்தது. லாரியில் இரண்டு கூலி ஆட்கள் இருந்தார்கள். வேகமாக அன்லோட் செய்துகொடுங்கள் என்று அவசரப்படுத்திய டிரைவருடன் சித்தப்பாவின் வாக்குவாதம் தொடங்கியது. ஒவ்வொரு மூட்டையையும் எடை போட்டுத்தான் வாங்குவேன் என்ற சித்தப்பாவின் பிடிவாதத்திற்கு அவன் பணிந்தான். இதனால் நடு இரவுவரை லாரியிலிருந்து மூட்டைகளைக் கீழே இறக்கி எடைபோட்டு உள்ளே அடுக்கும் வேலை நடந்தது. சிறிது நேரத்திற்குப் பிறகு அனிதா என் பக்கத்தில் வந்து நின்றாள். சன்னலிலிருந்து வெளியே பார்த்தவள் அங்கே சித்தப்பா ஓடியாடி வேலை செய்வதைப் பார்த்தவளுக்கு நான் ஏன் இங்கேயே நின்றிருக்கிறேன் என்று தோன்றியிருக்கலாம். அவள் பேசாமல் சும்மா பார்த்துக்கொண்டு நின்றாள். எடை சரியில்லை என்று சித்தப்பாவும், உங்கள் எடை இயந்திரம் சரி இல்லை என்று டிரைவரும் – இப்படித் தகராறு நடந்துகொண்டிருந்தது. இதற்கு இடையில் ஒரு கூலி ஆளுக்கு கேட்டில் அடிபட்டு காலில் காயமானது. சித்தப்பா வீட்டிற்கு வந்து பழைய துணியை எடுத்துப் போய் காயத்திற்குக் கட்டினார். பிறகு சித்தப்பாவே லாரியில் ஏறி மூட்டையை மற்றொருவனின் முதுகில் ஏற்றிவைக்கத் தொடங்கினார். அவர் மூட்டை தூக்கும் லாகவம் தேர்ந்த வேலைக்காரர்களால் மட்டுமே முடியும். நான் படுக்கைக்குத் திரும்பி வந்து மல்லாக்காகப் படுத்தேன். தூங்க முடியவில்லை.

இரவு வளர அந்த வெறுமையில் கூலிக்காரர்களின் பேச்சு, அவர்களுடைய பெருமூச்சின் சத்தம் பெரிதாகக் கேட்டது. லாரியின் பின்பகுதியிலிருந்த இரும்புச் சங்கிலியின் சத்தம் கேட்ட பிறகு இது முடிவுக்கு வந்தது தெரிந்தது. லாரி போனபோது இரவு ஒருமணி. அனிதா அங்கேயே நின்றிருந்தாள். ஏன் என்று நான் கேட்கவில்லை. அவளும் இதைப் பற்றி மூச்சுவிடவில்லை.

◯ ◯ ◯

7

அந்தப் பெண்ணை அம்மா விரட்டிய நாள் மதியம் சாப்பாட்டிற்கு அழைக்கும்வரை சித்தப்பா அவர் அறையை விட்டு வெளியே வரவில்லை. அம்மா சூழ்நிலையைக் கட்டுப்படுத்த மிகவும் முயற்சிசெய்தார். சித்தப்பாவும் சாப்பிட எல்லோருடன் வந்தார். எங்களுக்கெல்லாம் பரிமாறி, நாங்கள் சாப்பிட்ட பிறகு அம்மா உட்காருவது வழக்கம். அவரைத் தவிர மற்றவர்கள் எல்லோரும் டைனிங் டேபிளைச் சுற்றி அமர்ந்தோம். அம்மா சப்பாத்தி பரிமாறினார். பேச்சுக்கள் எல்லாம் அதைப் பரிமாறு, இது வேண்டாம், இன்னும் கொஞ்சம் போடு – இப்படிச் சின்னச் சின்னக் கேள்வி பதில்களுக்குள் அடங்கிக் கிடந்தது. இதை எப்படியாவது தகர்த்து எங்களுக்கு இடையே எதார்த்தமான பேச்சுக்கள் தொடர அம்மா 'சப்பாத்திக்குக் காய் ருசியா இருக்கா? குழம்பில் கீரை போட்டிருந்தால் கொஞ்சம் நல்லா இருந்திருக்கும்... கீரை இருக்கலை...' என்றார்.

யாரும் பதில் சொல்லவில்லை. அனிதா மட்டும் 'சப்பாத்தி கூட மசூர் பருப்புக் குழம்பு ரொம்ப நல்லா இருக்கும். காலைல அதைக் கவனமா வாங்கி வச்சிருந்தா இப்ப எல்லாரும் சாப்பிட்டிருக்கலாம்...' என்றாள். அம்மா எதைக் காலையிலிருந்து மறக்கடிக்க தவித்தாரோ, எந்தப் பேச்சை நாங்கள் எடுக்கக் கூடாது என்று பதட்டப் பட்டோமோ அதை இவள் தயக்கமில்லாமல் தொட்டுத் தொடங்கி வைத்தாள். எல்லோரும் அதிர்ச்சியுற்றோம். இப்போது சித்தப்பாவின் பாதுகாப்பிற்கு யார் போவார்கள் என்ற கேள்வி ஒரு விநாடி எல்லார் மனதிலும் வந்து போயிருக்கலாம். காலையில் நின்றது போலவே இப்போதும் அம்மாதான் முன்வந்தார்.

'என்ன பேசறேன்னு தெரியுமா உனக்கு?' என்றார்.

அவளுடைய குரல் ஒரேடியாகக் கடுமையானது – காலையில் கேட்டதைப் போல. ஆனால், அனிதா அதைக் கண்டுகொள்ளவில்லை. அவள் முகத்தில் ஒரு எகத்தாளமான சிரிப்பு இருந்தது. அம்மாவைப் படுகுழியில் தள்ளிய மகிழ்ச்சி தெரிந்தது. அவள் இனி மறைமுகமாகப் போர் புரிவாளா இல்லை நேராகக் கோதாவில் இறங்குவாளா என்ற எதிர்பார்ப்பில் அம்மா காத்திருந்தார். நாங்களும் கூட.

'ஏன், என்னாச்சு? மசூர் பருப்பின் குழம்பு எனக்கும் பிடிக்கும். வாங்கி இருக்கணும்...' என்றாள் அனிதா.

'தெருவில போற வர பிச்சைக்காரிய எல்லாம் வீட்டுக்குள்ள சேத்துக்கணுமா என்ன?' அம்மா கொதித்தார். நாங்கள் அரண்டுபோனோம். அனிதாவின் பேச்சுக்குக் கடிவாளம் போட வேண்டுமென்று எனக்குத் தோன்றினாலும், அவளுடைய பேச்சில் என்ன தவறைக் கண்டுபிடிப்பது என்பது தெரியாமல் போனது.

'தெருல போற பிச்சைக்காரி மசூர் குழம்பு கொடுக்க வீட்டுக்கு வரமாட்டா.'

'அவ உனக்கு என்ன ஆகணும்? அவளுக்குப் பரிஞ்சு அத்தனை பேச்சுப் பேசற. வீட்டுக்காரங்கள விட அவ முக்கியமாப் போயிட்டாளா?'

'அவ எனக்கு ஒண்ணும் கிடையாது. அப்படி ஏதாவதுன்னா இங்க இருக்கற யாருக்கோதானே ஒழிய எனக்கல்ல. ஆனால் அவள் பேச்சைக் கூடக் கேக்கத் தயாரா இல்லாம வெறிபிடிச்ச நாயைத் துரத்தர மாதிரி விரட்டினது மட்டும் எனக்கு சரியாப்படல. பொம்பளைங்களே பொம்பளைங்களுக்கு சப்போர்ட் பண்ணலேன்னா பிறகு யாரு பண்ணுவாங்க?'

'பொம்பளைக்கு சப்போர்ட்டுன்னு குடியைக் கெடுக்கறவங்கள சேத்துக்க முடியுமா என்ன?'

'குடியக் கெடுக்கறவள்னு உங்களுக்கு எப்படித் தெரியும்? மோசம் செய்யல. வஞ்சகம் பண்ணல. நம்பிக்கைத் துரோகம் நடந்திருக்குதுன்னா அது அவளுக்குத்தானே ஒழிய அவளால அல்ல.'

அனிதாவின் இந்தப் பேச்சைக் கேட்டதும் சித்தப்பா பாதி தின்ற சப்பாத்தியை அப்படியே விட்டுவிட்டு, கிளாசிலிருந்து தண்ணீரை எடுத்துக் குடித்துவிட்டு எழுந்து புறப்பட்டுவிட்டார். அவரைச் சமாதானப்படுத்தி திரும்ப அழைத்து வருவது எப்படி

என்று எங்கள் யாருக்கும் தெரியவில்லை. அம்மா மிருகமானார். எங்களுக்கு இந்த ஆணவத்தை எப்படிக் கையாளவேண்டும் என்று தெரியவில்லை. நான் ஏதாவது சொல்லவேண்டும் என்று எல்லோரும் எதிர்பார்க்கிறார்கள் என்பது எனக்கு உடனே புரிந்தது. ஆனால் என்ன சொல்ல? ‘போதும் நீ இப்ப சும்மா இரு’ என்றேன். அனிதா என் வார்த்தைகள் காதில் விழாததைப் போல, சாப்பிடுவதைத் தொடர்ந்தாள்.

‘சோத்துல மண்ண அள்ளி போட்டயேடி . . .’ என்று அம்மா ரோஷமாக நடுங்கும் குரலில் சொன்னார்.

‘சோத்துல மண்ணள்ளிப் போட்டது நீங்க. காலையில அவ கொண்டாந்த நல்ல குழம்பைக் கொட்டிட்டீங்க. அதுவும் அவங்க ஆசையா கொண்டு வந்ததை...’ அவளுடைய பேச்சின் நக்கல் சரியாகக் குத்தியது.

‘நான் இதையெல்லாம் எனக்காகச் செய்யறனா என்ன?’ அம்மாவின் இந்த வார்த்தை அவருடைய பிரபலமான ஆயுதம். மிக இக்கட்டான தருணங்களில் இப்படியான வார்த்தைகளைச் சொல்வார். அப்போது எங்கள் வாய் கட்டுண்டுவிடும். ஆனால் இம்முறை மட்டும் அனிதா அதே கடினத்துடன், ‘ஆம், இதை உங்களுக்காகத்தான் செய்கிறீர்கள். உங்கள் அதிகாரத்தைத் தக்கவைத்துக் கொள்வதற்காக. இந்த வீட்டில் வேறு யாரையும் நுழையவிடாமல் தடுக்க. அவருக்குத் திருமணம் நடக்கவிடாமல்...’ என்று சொல்லிவிட்டாள். அவள் அம்மாவின் மடியிலேயே கைவைத்தாள். அவளுடைய பிரம்மாஸ்த்திரத்தையே எதிர்த்து நின்றாள்.

இதனால் அம்மா துடித்தார். அவர் இதை எதிர்பார்க்க வில்லை.

சித்தப்பா சாப்பாட்டைவிட்டு எழுந்துபோனதும் அனிதாவின் இந்த வார்த்தைகள் அம்மாவிடம் இயலாமையையும் கோபத்தையும் ஒன்றாக ஏற்படுத்தியது. சினத்தால் அவள் உதடுகள் அதிர்ந்தன.

அப்பா வேகவேகமாகச் சாப்பிட்டுவிட்டு கைகழுவப் போனார். ஒரு வார்த்தைகூடப் பேசவில்லை.

அம்மாவின் உதவிக்கு வராமல் இப்போது மாலதிக்கு வேறு வழி இல்லை. ‘எங்ககிட்ட அப்படி கண்ட கண்டவங்கள வீட்டுக்குள்ள சேக்கிற பழக்கம் இல்லம்மா . . . இன்னைக்கு இவ, நாளைக்கு இன்ன யாரோ வருவாங்க. பிறகு பழைய கிளாஸ்மெட்டுங்க. இப்படிப்பட்டவங்கள நாமளே நடு வீட்டில பாய் போட்டு உக்கார வச்ச நாளைக்கு நாம ஓட்டைத்

தூக்கிக்கிட்டு நிக்கணும். பணக்காரங்க உறவு யாருக்கு வேணாம் சொல்லு? இப்படி நூறு பேரு உறவு கொண்டாடிக்கிட்டு வருவாங்க...' அவள் சொன்ன பழைய கிளாஸ்மெட் வார்த்தைக்கு நோக்கமில்லாமல் இல்லை. ஆனால் அனிதா அதைக் கண்டுகொள்ளவில்லை. 'நெருப்பில்லாம புகையாதும்மா ... தைரியம் இல்லைன்னா இவ்வளவு தூரத்துக்கு ஏன் போகணும்?' என்றாள்.

இப்படி எதுவும் அவருடைய மற்றும் எங்கள் காதுகளில் விழாமல், நாங்கள் இத்தனை காலம் சித்தப்பாவை கவனமாகப் பார்த்துக்கொண்டோம். ஆனால், இன்று மட்டும் அனிதாவின் முயற்சி தற்கொலைக்குச் சமமான இடத்துக்கு இழுத்துவந்து விட்டது. அவளோடு நாங்களும் நாசமாக வேண்டும் என்று அவள் விரும்புகிறாளா? ஏதோ ஒரு சமநிலையில் இருந்த இந்த வீட்டின் உறவுகள் சில விஷயங்களில் குருடாக இருப்பதால்தான் வாழ்ந்துகொண்டிருந்தன. இயலாமையால், அளவற்ற கோபத்துடன் அம்மாவும் மாலதியும் கொதித்தார்கள்.

நான் சும்மா இருந்ததால் அம்மாவுக்கும் மாலதிக்கும் கோபம் வந்தது. என் பக்கம் முறைத்துப் பார்த்து மாலதி 'சாப்பிட்டிட்டு தொடை இடுக்குல வாலை சுருட்டிக்கிட்டு போ' என்றாள். எந்தத் தர்க்கத்தின் அடிப்படையில் அனிதாவை எதிர்க்க வேண்டும் என்று எனக்குத் தெரியவில்லை. இது யாருடைய நன்மைக்கும் அல்ல என்ற தெளிவற்ற அறிவு எனக்கு இருந்தாலும் அந்தப் பெண் சார்பாக அனிதா இந்த அளவுக்குப் போராடவேண்டிய அவசியம் என்ன என்பது புரியவில்லை.

அனிதா அவசரப்படாமல் சாப்பிட்டுவிட்டு கைகழுவிக் கொண்டு அறைக்குச் சென்றாள்.

இதன் அடுத்த விளைவுகள் என்ன என்பதைப் பற்றி எங்களுக்குள் விசித்திரமான பயம் ஏற்பட்டது. ஆனால், யாரும் அதை வெளிப்படுத்தவில்லை.

அன்று மாலை அனிதா எட்டு நாட்களுக்காக ஹைதராபாத் திற்குப் புறப்பட்டாள். அதுவரை இனி எந்த விபரீதங்களும் நடக்காமல் அவள் வீட்டைவிட்டுப் போனால் போதும் என்றிருந்தது. சாப்பிட்டுவிட்டு நான் அறையை அடைந்ததும் தூக்கத்தை நடித்து சுமார் எட்டுமணி நேரம் அனிதாவுடன் பேசுவதிலிருந்து தப்பித்துக் கொண்டேன். அவளுடைய சலிப்பு காதில் விழுந்தாலும் நான் காட்டிக்கொள்ளவில்லை.

‘இதெல்லாம் வேண்டாங்க. அவங்க தயவில ஒண்ணும் சாப்பிடலயே ... நீங்க உழைக்கறீங்கல்ல ... இது தப்புன்னு வாய்விட்டுச் சொல்லற தைரியம் மட்டும் உங்களுக்கு இல்ல ...

‘வேற பொம்பளைன்னு இளக்காரம் ... உங்க வீட்டுப் பொண்ணுக்கு இப்படி ஆயிருந்தா சும்மா இருப்பீங்களா? ...

‘இந்த வீட்டில ஒழுங்கா இருக்கறதுன்னா உங்க அப்பா மட்டுந்தான். ஆனா அவருக்குத் தலை கெட்டிருக்குங்கற மாதிரி நீங்கெல்லாம் பாக்கறீங்க ...

‘ஒருநாள் நான் போலீஸ் ஸ்டேஷனுக்குப் போய் எல்லாத்தையும் சொல்லிடறேன். உங்க வண்டவாளம் வெளில வரட்டும் ... இன்னைக்கே போகட்டா? சாயங்காலம் இரயிலுக்குப் போறதுக்கு முன்ன ...’

அவளுடைய கடைசி வார்த்தைக்கு நான் உண்மையாகவே பயந்தேன். எங்களுக்கு போலீஸ் என்றால் என்னமோ புரியாத பயம். எல்லாம் ஒழுங்காக இருந்தாலும் அவர் முன்னிலையில் என்னமோ தயக்கம், பயம் இருக்கும். ஆனால், சிலருக்கு அவை எதுவும் கிடையாது. சித்ராவைப் போன்றவர்களுக்கு. இவளும் அப்படித்தான். ஹைதராபாதில் இருந்தபோது என்ஜிஓ ஒன்றில் வேலை செய்த அனுபவத்தின் விளைவு இது. அவள் வார்த்தையால் நான் சிறிது அதிர்ந்தேன். எழவேண்டுமா வேண்டாமா என்று தவித்துக்கொண்டு அப்படியே சும்மா படுத்தேன்.

எங்கள் வீட்டு உறவுகளை அவள் உள்ளே இருந்து பார்க்க வைப்பது எப்படி என்று எனக்குப் புரியவில்லை. அப்படிப் பார்க்காமல் அவை புரியாது.

மாலை அவளை வழியனுப்ப இரயில் நிலையத்திற்குப் போனபோதும் அதிகம் பேசவில்லை. பெட்டியில் உட்கார்ந்ததும் ‘போய் வருகிறேன்’ என்பதைப் பழக்க தோசத்தால் சொன்னாளே ஒழிய அவளுக்கும் என்னுடன் பேசும் விருப்பம் இருக்கவில்லை. அவளுடைய சீட் எண்ணை அடையாளம் கண்டு, அவள் தன் இடத்தில் அமர்ந்ததும் ஓரிரு நிமிடங்கள் பெட்டிக்குள் இருந்தேன். பிறகு அங்கு என்ன செய்வது என்று எதுவும் தோன்றாமல் கீழே பிளாட்பாரத்தில் நின்றேன். மறுபடியும் சன்னல் வழியாக உள்ளே எட்டிப் பார்த்தபோது அதற்குள் அவள் பக்கத்தில் உட்கார்ந்திருந்த பெண்ணுடன் பேசிக் கொண்டிருந்தது தெரிந்தது. பாலாடை வண்ணச் சேலையை உடுத்திக்கொண்டு, முடியைப் பின்னால் வாரி கொண்டை போட்டிருந்த அனிதா மாலை ஒளியில் அழகாகத் தெரிந்தாள்.

அவளை விமானத்தில் அனுப்பி இருக்கலாம். ஆனால் அவள் அதற்கு ஒத்துக்கொள்ளாமல் இரயிலில் போகிறாள், அதுவும் செகண்ட் கிளாசில். ஸ்லீபர் கோச்சில் இருக்கிறாள் என்று சமாதானம் அடைய வேண்டும் அவ்வளவுதான். இரயில் புறப்படும் வேளையானதால் பிளாட்பாரம் மீது நடந்துகொண்டிருந்த விறுவிறுப்பான செயல்களுக்கு இன்னும் அதிக வேகம் கூடியது. அவள் நான் வெளியே நின்றிருப்பதைக் கவனித்தாளா இல்லையா என்று சன்னல் பக்கமாகப் போய் அவள் கவனத்தைக் கவர முயற்சி செய்தேன். சும்மா ஒருமுறை நான் இருந்த பக்கம் பார்வையை ஓடவிட்டு பக்கத்தில் இருந்தவளுடன் பேச்சைத் தொடர்ந்தாள். அப்போதுதான் இரயில் புறப்படுவதற்கு அடையாளமாக சத்தம் எழுந்தது. கடைசி விநாடியில் ஸ்டேஷனுக்கு வந்த ஒரு ஜோடி பைகளுடன் இதே பெட்டியில் நுழைய முயற்சித்தார்கள். அவர்களைப் பார்த்து நான் மெய்மறந்திருந்தபோது மெதுவாக இரயில் புறப்பட்டது. இரயில் புறப்படும்போது அனிதாவிற்குக் கையசைத்து வழியனுப்பவில்லையே என்று அறிந்து அவள் பெட்டியுடன் நடையைப் போட்டேன். பக்கத்துப் பெண்ணுடன் பேச்சில் மூழ்கி இருந்தவள் சன்னல் பக்கம் திரும்பிக்கூடப் பார்க்கவில்லை. நான்கு அடி தூரம் ஓடினேன். அவள் பார்த்தாளோ இல்லையோ தெரியாது என் நிம்மதிக்கு வேகவேகமாகக் கையசைத்தேன். இரயில் முன்னே சென்றது. எங்கள் இடையில் எப்போது தொடர்பு துண்டிக்கப்பட்டது என்பது புரியவில்லை. அவள் பக்கத்துப் பெண்ணுடன் பேச்சில் தொடங்கியபோதா? இல்லை இரயில் புறப்படும் முன்பு பெட்டியில் ஏற நான்கைந்து பைகளுடன் அடித்துப் பிடித்து ஓடிக்கொண்டிருந்த ஜோடியை நான் மெய்மறந்து பார்த்துக்கொண்டிருந்த போதா? இல்லை அதற்கும் முன்பா? கையிலெடுத்த காரியம் முழுமை அடையாத தவிப்பு என்னைச் சூழ்ந்துகொண்டது.

நான் வீடு திரும்பியபோது சித்தப்பா எங்கேயோ போயிருந்தார். அப்பா யார் வீட்டிற்கோ. மாலதியைக் காண வில்லை. டிவி பார்த்துக்கொண்டிருந்த அம்மாவிடம் பேச்சுக் கொடுப்பதைத் தவிர்க்க நான் வேகவேகமாக என் அறைப் பக்கம் நடந்தேன். உள்ளே போய்க் கதவைச் சாத்திக்கொண்டேன்.

கட்டிலின் மீது உட்கார்ந்த உடன் தெரிந்தது அனிதாவின் வார்ட் ரோபின் சிறிது திறந்திருந்த கதவு. அதைச் சரியாக மூட எழுந்துபோய்க் கதவைத் தள்ளினேன். அது உள்ளே போகவில்லை. கதவு இடுக்கில் ஒரு துணி மாட்டிக்கொண்டிருந்தது. அதை சரிப்படுத்த வார்ட் ரோபின் ஆளுயர இரண்டு கதவுகளையும் முழுமையாகத் திறந்தேன். அதற்குள் இருந்து திடீரென்று

படர்ந்த அறிமுகமான மணம் என்னைச் சூழ்ந்துகொண்டு சிலவிநாடி நிலை குலைந்தேன். அலமாரியில் அனிதாவின் உலகமே அடங்கி இருந்தது. கதவின் உட்பகுதியில் பதித்திருந்த நீளமான கண்ணாடியில் தெரிந்த என் பிம்பத்தில் ஒரு விநாடி மெய்மறந்தேன்.

உட்பகுதியில் உயரமான பகுதியில் அழகாக ஹேங்கரில் தொங்கிக்கொண்டிருந்த அவள் சேலைகள். அதன் கீழே விதவிதமான டாப்கள், சல்வார் கமீஸ்கள். இடது பக்க அறைகளில் அவளுடைய சங்கிலிகள் தோடுகள் வளையல்கள். எதுவும் விலை உயர்ந்தவைகள் அல்ல — எல்லாம் உலோகக் கலவைகளின் விதவிதமான வடிவங்கள் கொண்ட நகைகள். தாலியை விட்டால் வேறு தங்க நகைகளை அவள் அணிவதே இல்லை.

அலமாரியின் இரண்டு அறைகளில் ஒன்றை வெளியே இழுத்தேன். அதில் அவளுடைய சான்றிதழ்கள் மற்றும் சில கடிதங்கள் இருந்தன. மற்றொன்றில் எங்கள் திருமண போட்டோ ஆல்பம் இருந்தது. ஓரிரு பக்கங்களைத் திருப்பிப் பார்த்து மறுபடியும் அங்கேயே வைத்தேன். அங்கே பக்கத்தில் சிறிது மடித்து வைத்திருந்த காகிதங்கள் இருந்தன. சில ரசீதுகள். ஒன்றில் யாருடையதோ ஃபோன் நம்பர். கவனமாகக் கத்தரித்து வைத்திருந்த ஒரு செய்திப் பத்திரிகையின் துண்டுக் காகிதமும் அங்கே இருந்தது. திறந்து பார்த்தேன், அதில் வரசீதா லட்சுமி என்பவரின் மரணச் செய்தி இருந்தது. கூடவே ஒரு போட்டோவும். மெலிதான சுருக்கம் விழுந்த தேகம், பெரிய கண்களுடைய நடுவயதுப் பெண் இந்த சீதாலட்சுமி. போன வருடம் ஜூன் மாதம் இறந்துவிட்டார். இவளைப் பற்றி அனிதா எனக்கு எதுவும் சொன்னதாக நினைவில்லை. எப்படி இறந்தாள் என்ற விவரங்கள் இல்லை. இந்த மரணச் செய்தியை கத்தரித்து வைத்துக் கொள்ளவேண்டும் என்றால் இவளிடம் சிறப்பானது ஏதாவது இருக்கவேண்டும். ஒருவேளை சொந்தமாக இருக்கலாம். பத்து வழிகளில் பாய்ந்துகொண்டிருந்த என் ஊகத்தைக் கட்டுப்படுத்தினேன்.

அவளில்லாத நேரத்தில் அவள் உலகத்திற்குள் நுழைந்த என் இந்த வரையறை மீறலை இன்றைய மனநிலையில் அவள் ஒத்துக்கொள்ளமாட்டாள். இது தெரிந்திருந்தும் நான் நிறுத்தவில்லை. அவள் நகைகளைக் கைகளில் எடுத்து மணிச்சரங்களை விரல்களில் சுற்றிக்கொண்டேன். துணிகளைத் தொட்டேன். காகிதங்களைத் தடவினேன். சூரியனின் முகம் வரைந்த பெரிய பதக்கங்களைக் கையில் பிடித்துப் பார்த்தேன்.

செருப்பைத் தவிர அனிதாவுடையவை அனைத்தும் இந்த அலமாரியில் இருந்தன. இவ்வளவுதான் அவளுடைய லௌகீகச் சொத்து. எனக்குத் தெரிந்தவரை ஊட்டிக்குப் பிறகு நாங்கள் இருவரும் எதையும் வாங்கவில்லை.

ஒரு அடி முன்னே வைத்து அலமாரியில் இருக்கும் துணிகளுக்குள் முகத்தைப் புதைக்கும் அளவிற்கு நெருங்கினேன். அந்த மணம் இன்னும் தேவை என்று தோன்றியது. ஒரு சேலையை எடுத்து முகர்ந்தேன். ஆனால், மணம் கடுமையாக இல்லாமல் மென்மையாக இருந்தது. எந்தத் துணியை எடுத்து முகர்ந்தாலும் அப்படித்தான். முழு அலமாரிக்கு இருந்த நறுமணம் ஒவ்வொரு துணியை எடுத்தபோது இருக்கவில்லை. தேடிப்போன அளவிற்கு அது என்னிடமிருந்து நழுவிக்கொண்டுபோனது. என் தோள்களுக்குக் கிடைக்காத – காதல், பயம், உரிமையின் அதிகாரம், விருப்பம், இயலாமை இவைகளின் கலவையைப்போல இருந்த உணர்வுகளால் விரிசல் விடுமளவிற்கு நிறைந்திருந்தேன்.

ஆனால், அடுத்த ஞாயிற்றுக் கிழமை என்றால் இந்த இரண்டு நாட்களுக்கு முன்பு, மறுபடியும் நாங்கள் எல்லாம் வீட்டில் ஒன்றாக இருந்தோம். அனிதா ஹைதராபாதிற்குப் போய் வாரமானது. அவள் மறுநாள் இங்கே திரும்பி வர இருந்தாள்.

நான் சாப்பிட்டுவிட்டுச் சிறிய தூக்கம் போட்டேன். நாள் முழுவதும் மேகம் சூழ்ந்திருந்ததால் வானிலை சிறிது மந்தமாக இருந்தது. விழிப்பு வந்தபிறகும் சோம்பலால் சிறிது நேரம் படுக்கையில் புரண்டுகொண்டிருந்தேன். எழுந்து முகம் அலம்பி டீ குடிக்கலாம் என்று மாடியிலிருந்து கீழே இறங்கி வரும்போது அம்மா தெரிந்தார்.

வரவேற்பறையில் அவள் தனியாக அமர்ந்திருந்தார். டிவி அணைந்திருந்தது. எதையோ ஆழமாக யோசித்து வெறுமையாகச் சுவரைக் கூர்ந்து பார்த்துக்கொண்டிருந்தது போலத் தெரிந்தது. எப்போதோ ஒரு இரவு எங்கள் பழைய வீட்டுச் சமையலறையில் மண்டியிட்டு உட்கார்ந்து சுவற்றில் முகம் பதித்து எறும்புகளை தேடிக்கொண்டிருந்த அவரைப் பார்த்தது நினைவிற்கு வந்தது.

'என்னம்மா' என்று அழைத்தேன். திடுக்கிட்டார். அன்று இரவும் நான் அவரை அப்படித்தான் அழைத்திருந்தேன், அன்றும் அவர் இப்படித்தான் திடுக்கிட்டார்.

'வா, டீ போடுகிறேன். ஒருத்திக்கே போட சலிப்பா இருந்தது. நீங்க யாராவது எந்திரிப்பீங்கன்னுதான் காத்திருந்தேன்'

என்றார். அவள் என்ன யோசித்துக் கொண்டிருப்பார் என்றும் நான் ஊகித்தேன். அனிதா போகும் முன்பு வீட்டில் நடந்த தகராறால் மேலெழுந்த அழுக்கைத் துடைக்கும் வழிமுறைகளைத் தேடிக்கொண்டிருப்பார்.

அவர் பின்னாலேயே சமையலறைக்குப் போனேன். அங்கே எல்லாம் சுத்தமாக இருந்தது. மதிய உணவிற்குப் பிறகு எல்லாவற்றையும் சுத்தம் செய்து சமையலறையைப் பளபளப்பாக வைப்பது அம்மாவின் வழக்கம். அவர் டீ போடுவதையே பார்த்துக்கொண்டு வாசலில் நின்றேன். எங்கள் வீட்டிற்கு கேஸ் வந்தபோது அவர் டீ போடும்போது அடைந்த ஆனந்தம் நேற்று நடந்ததுபோல மனதில் பசுமையாக இருந்தது. அவர் டீக்குத் தண்ணீர் வைப்பதற்கு முன்பு 'அப்பாவைக் கூப்பிடு, வந்தால் அவருக்கும் சேர்த்தே டீ போடறேன்' என்றார். எனக்குச் சமையலறையிலிருந்து நகர மனமில்லாமல் அங்கிருந்தே அவரைக் கூப்பிட்டேன். என் கூவலுக்கு அப்பா வரவில்லை. ஆனால், சித்தப்பாவும் மாலதியும் அறையிலிருந்து எழுந்து வந்தார்கள். 'நல்ல வேலை செஞ்சே, எல்லாருக்கும் ஒண்ணா போட்டர்றேன்' என்று அம்மா அடுப்பில் தண்ணீர் வைத்தார். வெளியே மேகம் அடர்த்தியாகத் தொடங்கியது. அம்மா இப்படி எல்லோருக்கும் மொத்தமாக டீ போட்டு எத்தனை வருடங்கள் ஆனது என்று எனக்குத் தோன்றிய தருணம் அவர் இதற்கு முதலில் எப்போது எல்லோருக்கும் ஒன்றாக டீ போட்டார் என்பது நினைவிற்கு வந்தது. ஆனால், அந்தத் தருணத்தை மறுபடியும் நினைத்துப் பார்க்க நான் விரும்பவில்லை. ஒருவேளை யாருக்கும் பிடிக்காதோ என்னமோ. அது மாலதியின் வீட்டை முற்றுகையிட்டு நகைகளை எடுத்துவந்த நாள். எனக்கு நன்றாக நினைவிருக்கிறது. அன்று நான் வெளியே எங்கோ சென்றிருந்தவன் வீட்டிற்குத் திரும்பியபோது எல்லோரும் பேசிக்கொண்டு உட்கார்ந்திருந்தார்கள். அப்போது அம்மா எழுந்து சென்று டீ போட்டு எடுத்துவந்தார்.

நான் உள்ளே சென்று கருப்புக் கோப்பைகளை எடுத்துவந்து மேசை மீது வைத்தேன். எங்கள் மனதில் எழுந்த கேள்விகளை ஊகித்துக்கொண்டதுபோல அம்மா 'பாக்கியம்மா இன்னும் மூணு நாளைக்கு வேலைக்கு வரமாட்டாள். அவ கொழுந்தனாருக்குக் கலியாணமாம்' என்றார்.

அம்மா எனக்குப் பிடித்தமான ரஸ்க் தருவித்திருந்தாள். அதுவும் எங்கள் பழைய வீட்டு பக்கத்து பேக்கரியிலிருந்து. ஒருகாலத்தில் எனக்கு அது மிகவும் விருப்பமாக இருந்தது, விட்டால் ஒரு முழுப் பொட்டலத்தையும் தின்று தீர்த்துவிடுவேன்.

'ரொம்ப நாளைக்குப் பிறகு உங்கப்பா அந்தப் பக்கமா போயிருந்தாரு. ஞாபகமா வாங்கிட்டு வந்திருக்காரு பாரு... நல்லா இருக்கு... எத்தன வருசமானாலும் அதே ருசி...' என்றார். அம்மா சொல்லித்தான் வாங்கிவந்திருப்பார் என்று எனக்குத் தெரியும். அப்பா தற்போது எதையும் தானாகவே வாங்கி வருதில்லை.

அதில் ஒன்றை எடுத்து வாயில் போட்டேன். அந்த ருசிக்கு, பழைய நினைவுகள் எல்லாம் சட்டென்று நினைவிற்கு வந்தன. என் மனது மென்மையானது.

ஒவ்வொருவராகச் சாப்பாட்டு மேசையைச் சுற்றி அமர்ந்தோம். அப்பா இன்னும் வந்திருக்கவில்லை. நாங்கள் ஒன்றாக இப்படிச் சேர்ந்திருப்பது அம்மாவிற்கு மகிழ்ச்சி. அது அவருடைய நடையின் உற்சாகத்திலேயே தெரிந்தது.

வெளியே மேக மூட்டம். இந்த இளம் இருட்டு எனக்கு எங்கள் பழைய வீட்டின் நினைவைக் கொண்டுவந்தது. அம்மா மகிழ்ச்சியாக டீ பாத்திரத்தை எடுத்துவந்தார். சிறுவயதில் நச்சரிப்பதைப் போலவே மாலதி 'கு...டு...ம்மா...' என்று ராகம் இழுத்தாள். இன்றைய சூழ்நிலை, நாங்கள் எல்லாம் ஒன்றாக உட்கார்ந்திருப்பது, ரஸ்க் ருசி போன்றவை அங்கிருக்கும் எல்லோர் மனதிலும் எதையோ விழிப்புறச் செய்தது என்று எனக்குத் தோன்றியது. நாங்கள் அனைவரும் அங்கே உட்கார்ந்திருந்தாலும் அப்பா வரவில்லை.

சித்தப்பா உடனே 'எங்கே காப்பி கிங்' என்றார்.

இந்த ஒரு வார்த்தையில் வருடக்கணக்காக இறுக்கமாக இருந்த முடிச்சுகள் உடனே தளர்ந்தன. இது அவர் அப்பாவிற்கு வைத்த பெயர். ஒரு காலத்தில், சித்தப்பா வீட்டில் ஒவ்வொருவருக்கும் ஒரு செல்லப்பெயர் வைத்திருந்தார். அவர் நல்ல மூடில் இருக்கும்போது அந்தப் பெயரைச் சொல்லித்தான் அழைப்பார். அப்பாவை நேரடியாக 'காப்பி கிங்' என்று அழைக்காவிட்டாலும் அவர் முன்னால் 'காப்பி கிங் இன்னைக்கு அமைதியா இருக்காரே' என்றோ, 'இன்னைக்கு சேல்ஸ் நல்லா நடந்திருக்கணும். காப்பி கிங் உற்சாகமா இருக்காருபோல' என்றோ சொல்லுவார். அவர் அப்படி அழைத்ததும் அப்பா மென்மையாகிவிடுவார்.

ஒவ்வொரு செல்லப் பெயர்களுக்குப் பின்னாலும் ஒரு கதை இருந்தது. நாங்கள் பதினைந்து நாட்களுக்கு ஒருமுறை ஞாயிற்றுக் கிழமையன்று ஹோட்டலுக்குப் போகும்போது அப்பாவிற்கு அந்தப் பெயர் கிடைத்தது. அப்படி ஒருமுறை ஹோட்டலுக்குப்

போகும்போது வழியில் ஒரு காப்பித் தூள் விற்கும் கடையைப் பார்த்தோம். கடைக்கு முன் ‘காப்பி கிங்’ என்று எழுதி அதற்குக் கீழே ‘கிங் ஆஃப் கிங்ஸ்’ என்று எழுதிய பலகை இருந்தது. அன்று அப்பா எங்கள் அனைவரின் பலகாரம் முடிந்த பிறகு காப்பி தருவித்து அம்மாவுடன் பகிர்ந்து குடிக்கும்போது சித்தப்பா ‘காப்பி கிங் ஈஸ் டிரிங்கிங் காப்பி’ என்றார். எல்லோரும் சிரித்தோம். அன்றிலிருந்து அப்பாவிற்கு அந்தப் பெயர். அன்று, அம்மா வேண்டாம் என்றாலும் கேட்காமல் அப்பா காப்பி குடிக்காத எங்கள் மூன்று பேருக்கும் ஒவ்வொரு சமோசா ஆர்டர் செய்தார்.

எப்போதும் ஏதாவது ஒரு காரணத்திற்கு முனகும் என்னை ‘குர்குரே’ என்றும், மாலதியை ‘கிவீன் எம்’ என்றும் அழைத்தார். அவர் அவ்வளவு செல்லம் கொடுத்ததால்தான் அவள் திமிர் பிடித்து ஆடுகிறாள் என்று நான் ஒரு காலத்தில் யோசித்திருந்தேன். ‘ஹலோ கிவீன் எம், இன்னைக்கு இப்படி மின்னறீங்களே... கவனம்மா...’ என்றால் அவள் முகம் மலரும்.

அம்மாவிற்கு வைத்த பெயர் ‘அன்னபூரணி’ அவர் பரிமாற தாமதம் செய்தால் ‘அன்னபூரணி பரிமாறு தாயே’ என்று ராகமாகப் பாடி அம்மாவைக் கிண்டல் செய்வார். நானும் மாலதியும் சித்தப்பாவிற்கு ‘ஜுக்னூ’ என்று பெயர் சூட்டினோம். ஒருமுறை அவர் எங்களுக்கு ஜுக்னூ என்ற சினிமாவில் கதாநாயகன் தர்மேந்திரா உயரமான கூரையிலிருந்து தலைகீழாகக் கீழே இறங்கி வந்து வைரத்தைத் திருடும் காட்சியை வர்ணனை செய்திருந்தார். அவர் அதை மிகவும் உற்சாகமாக வர்ணித்ததால் அன்றிலிருந்து அவருக்கு ‘ஜுக்னூ’ என்று பெயர்.

நாங்கள் புது வீட்டிற்கு வந்த பிறகு இவை அனைத்தும் மறந்துபோனதற்குக் காரணமிருந்தது. சித்தப்பா மட்டும் இந்தச் செல்லப் பெயர்களால் எங்களை அழைப்பாரே தவிர நானாகட்டும் மாலதியாகட்டும் இதைப் பரஸ்பரம் பயன்படுத்தியதில்லை. புதிய வீட்டிற்கு வந்தபிறகு நாங்கள் ஒன்றாக மகிழ்ச்சியாக இருக்கும் சந்தர்ப்பங்கள் குறைந்து போய் இவை பின்சரிந்துவிட்டன. அப்படிப் பார்த்தால், எல்லாம் சரியாக இருந்திருந்தால் அனிதாவிற்கும் அவர் ஒரு செல்லப் பெயர் வைத்திருக்கவேண்டும்!

அம்மா சமையலறையிலிருந்தே மாலதியிடம் ‘அவரைக் கூப்பிடுங்க’ என்று கூவிச் சொன்னாள். மாலதி எழுந்து அப்பாவை அழைக்கப் போனாள். சூழ்நிலையில் இருந்த உற்சாகம் ஒவ்வொருவரையும் தொற்றிக்கொண்டது.

அப்பா வந்தார். அவருக்கு அங்கே அனைவரையும் ஒன்றாகப் பார்த்து சூழ்நிலை புரிந்தது. அம்மா எங்களுக்கெல்லாம் டீ ஊற்றிக்கொடுத்து 'சக்கரை சரியாக இருக்கிறதா?' என்று கேட்டுக்கொண்டே அவரும் உட்கார்ந்தார்.

'அப்பண்ணாவின் பேக்கரி ரஸ்க்குக்கு முன்ன வேறு எதுவும் கிடையாது' என்று சித்தப்பா சொன்னார்.

'நிறைய வெண்ணை சேர்க்கறான்' என்றார் அம்மா.

'அவன் அதற்கு மில்க் பௌடர் கலக்கரானாம். அவனே ஒருநாள் சொன்னான்' மாலதி சொன்னாள்.

'மத்தவங்களவிட அவங்கிட்ட ஐஞ்சு ரூபா கூட'

'காசுக்குத் தகுந்த கச்சாயம்' என்ற அப்பாவின் பேச்சுக்கு எல்லோரும் சிரித்தோம். அனைவரும் சிரித்ததால் அப்பாவுக்கு மகிழ்ச்சி ஏற்பட்டு உற்சாகமானார். அவர் பேச்சுக்கு இப்படி நாங்கள் சிரிக்காமல் எத்தனை வருடங்களானது.

ரஸ்க் வைத்திருந்த தட்டு ஒரு பக்கத்திலிருந்து மற்றொரு பக்கமாக ஓடிக்கொண்டே காலியானது. அம்மா திரும்பவும் நிறைத்து எடுத்துவந்தாள். எவ்வளவு சூடாக இருந்தாலும் நொடியில் குடித்து முடிக்கும் சித்தப்பா கோப்பையைத் தூக்கிக் கடைசி மடக்கையும் குடித்துவிட்டு, 'கிவீன் எம் இன்னொரு ரௌண்ட் டீ போடறயா?' என்று கேட்டார். அவள் அவருக்கு எப்போதும் இல்லை என்று சொல்பவள் அல்ல. 'ஜெக்னூக்கு வேணும்னா போட்டுத் தர்றேன்' என்று சொல்லிக்கொண்டே எழுந்தாள்.

'அப்புறமா ஏதோ தர்றேன்' என்றார்.

'என்ன?'

'நீ முதல்ல டீப்போடு. நல்லா இருந்தா மட்டும் தருவேன்.'

'இப்பவே தரணும்னு இல்ல. சொன்னாப் போதும்.'

'இப்பவே தரப்போவதும் இல்லை... முதல்ல டீ...'

'என்ன அது?'

'ஒரு தோடு வாங்கி இருக்கேன். நேத்து காலைல ஃபிரண்ட் கூட போயிருந்தேன், அவன் தங்கச்சி கலியாணத்துக்கு நகை வாங்க. எல்லாம் வாங்கிட்டு இருந்தாங்க ... நானும் வாங்கினேன்...'

'தேங்க் யூ ஜெக்னூ. இந்த வீட்டில கலியாணமான பிறகு எனக்கு யாரும் எதையும் வாங்கிக் கொடுக்கல...'

'உன் ஷாப்பிங்க நீயே செய்யற இல்ல' என்று நான் சொன்னேன்.

'நீ சும்மாயிரு. முதல்ல டீ போட்டுக் குடுத்துட்டு என் பரிசை நான் வாங்கிக்கறேன்' என்று சமையலறைக்குப் போனாள்.

'அங்க இருக்கு பாரு டீத்தூள் முன்னால பலகை மேல...' என்று அம்மா உரக்கச் சொன்னார்.

மாலதி ஒரு பெரிய கோப்பை டீ போட்டு எடுத்துவந்தாள். 'அம்மா போட்டதைவிட இது சூடா இருக்கும்' என்று கோப்பையைச் சித்தப்பாவின் முன் வைத்தாள். 'சரி விடு, உனக்குன்னு வாங்கின பிறகு குடுக்காம இருப்பனா?' என்றார்.

அனிதா இல்லாமல் இருப்பதே எங்கள் எளிதான உரையாடலுக்குக் காரணம் என்று தோன்றுவதுபோல இன்று அனைவரும் எந்தப் பதற்றமும் இல்லாமல் பேசிக் கொண்டிருந்தோம். அம்மாவிடம் என்றும் இல்லாத உற்சாகம் நிறைந்திருந்தது.

இவற்றைப் பார்த்து உற்சாகமடைந்த அப்பா 'நம் வீட்டுத் தெருவில இருந்தாரல்ல மஞ்சுநாத்துன்னு... அவர் அப்பா ஊரில இருந்து வந்திருக்காராம். முந்தாநாள் படுத்திருந்த படியே செத்துப் போயிட்டாராம். அதான் சிறந்த ஆசிரியர் விருது வாங்கினாரே அவர்தான். இன்னைக்கு பேப்பரில போட்டோ போட்டிருக்காங்க...' என்றார்.

மாலதி சொன்னாள்: 'யாரு? அதான் பெங்களூரில இருக்க முடியாம திரும்பி ஊருக்குப் போயிட்டாரே அவர்தானே?'

'ஆமா, நான் இன்னைக்குப் போயி மஞ்சுநாத்துடன் பேசி விட்டு வந்தேன்...'

'எனக்கு அவங்க வீட்டு விசயத்த எடுத்தா உடம்பு படபடக்க ஆரம்பிச்சுடும் ...படுத்திருந்த படியே போயிட்டாரா இல்ல வேற ஏதாவது நடந்ததா..." என்று அம்மாவின் தொனியில் சிறிது குதர்க்கம் இருந்தது.

'எதுக்கம்மா அப்படிச் சொல்றே?' என்று மாலதி கேட்டபோது அப்பா 'உங்க அம்மாவுக்கு அவர் விசயமுன்னா அப்படித்தான்... இல்லாத சந்தேகம்...' என்றார்.

அம்மா மட்டும் சிரித்துக் கொண்டே, 'சந்தேகம்? யார் மீது? திருடன் பேச்சு பொய்யிலயாமா... சும்மா இருங்க...' என்றார்.

'அதல்ல மஞ்சுநாத்தின் பெண்டாட்டி செத்த விசயம்...'

'அய்யோ... விடுங்க. புருசந்தா கொன்னான்னு ஊருக்கே தெரியும். அது நடந்த பிறகுதானே இந்தக் கிழவன் ஊருக்குப் போனது. நீங்க அவள் சார்பா பேசுவீங்கன்னும் எனக்குத் தெரியும். அப்படி என்ன இருந்தது அவகிட்ட., தூ... இந்த ஆம்பளைங்க எல்லாம் மஞ்சுநாத் ஃப்ரெண்ட் ஃப்ரெண்ட்ன்னு அவன் வீட்ட சுத்துவானுங்க. தினமும் அவன் கடையில உக்காந்து அரட்டை அடிக்கிறது வேற. முதல் நாள் ராத்திரிவரைக்கும் நல்லாத்தானே இருந்தா, அப்பறம் எப்படிச் செத்தா?'

'நீ இந்தப் பேச்சை வேற யாரும் இருக்கறப்ப பேசாதம்மா...' என்றாள் மாலதி.

'நான் எதுக்கு பேசறேன்? இங்க அடுத்தவங்க யாரு இருக்காங்க? அந்த அடுத்தவங்களுக்கும் அவங்க காலுக்குக் கீழே இருக்கற பூசணிக்காய் தெரியாது... மத்தவங்க காலுக்கு கீழே கிடக்கிற கடுகத் தேடுவாங்க...' இது யாரை நோக்கிச் சொன்னது என்று அனைவருக்கும் தெரியும். முயற்சிக்காமல் எல்லோருடன் சேர்ந்து நானும் சிரித்துவிட்டேன். சிரித்த மறுவிநாடி அப்படிச் சிரித்திருக்கக் கூடாது என்று தோன்றியது. அப்படிச் செய்தது அனிதாவிற்குத் துரோகம் என்று தோன்றியது.

இப்போது சித்தப்பா வாய்திறந்து: 'உங்க யாருக்கும் தெரியாது. எனக்குத் தெரியும் கேளுங்க. அவள் மயக்கம் போட்டு விழுந்துவிட்டாள் என்று காலையில வேகவேகமா ஆசுபத்திரிக்குத் தூக்கிக்கிட்டு போனது நினைவிருக்கல்ல? அவளை வேனில தூக்கிப் போட்டுக்கிட்டு போனது மட்டும் தெரியும். எந்த ஆசுபத்திரிக்குப் போனாங்க, அங்கே என்ன நடந்துச்சு யாருக்கும் தெரியாது. சாயங்காலம் பாடிய எடுத்துக்கிட்டு வந்தாங்க. அவங்க ஆசுபத்திரிக்கே போகவில்லையாம். இரவே அவ செத்துப்போயிருக்கா. ஆசுபத்திரி பேரைச்சொல்லி மக்கள ஏமாத்தியிருக்காங்க. நாள் முழுதும் வேனிலேயே சுத்தி இருக்காங்க. சாயங்காலம் வர்றப்பா வெள்ளைத் துணில சுத்தி எடுத்துக்கிட்டு வந்திருக்காங்க. போலீசுக்கு கைநிறைய குடுத்திருக்காங்க. அவசர அவசரமா எரிச்சுட்டாங்க. அவள் அம்மா வீடு பாவம். மஞ்சுநாத் அவளோட தங்கச்சியையே கட்டிக்குவான்னு செய்தி கிடைச்சதும் சும்மா ஆயிட்டாங்க. பிறகு அப்படி அதுவும் நடக்கலை...'

'அவ சரி இல்லை. அதப்பத்தி ராத்திரி முழுக்க சண்டை நடந்திருக்காம். புருசன அசிங்கமா ஏதோ சொன்னாளாம். அதுக்கு அவன் கழுத்த நெறிச்சுட்டானாம். அதுக்கு அவள் செத்துப் போகணுமா?' என்று அம்மா ஏதோ கதை அளந்தார்.

‘எப்படிச் செத்தான்னு யாருக்கும் தெரியாது. ரொம்பச் சின்ன வயசுக்காரி அப்படி இயற்கையா செத்துருவாளா? ஏதேதோ நோய்கள் இருந்தது என்று புரளி பரப்பினார்கள். ஆனாலும் கெட்டிக்காரன் ...மஞ்சுநாத் இதில இருந்து எப்படியோ தப்பிச்சிட்டானே...’ சித்தப்பா பேச்சுக்குப் பிறகு அங்கே மௌனம் நிலவியது.

சிறிது நேரத்திற்குப் பிறகு மாலதி வேறு கதையைச் சொன்னாள்: ‘இரண்டு வருட பழைய கேஸ் முந்தாநாள் பத்திரிகையில் வந்தது. அவள் கேஸ் லீக் ஆகி எரிந்து செத்திருந்தாலும் அதைக் கணவன் வீட்டார்தான் பிளான் செய்தார்களாம். எல்லா டீடைலும் கொடுத்திருந்தாங்க. அவள் காலையில சமையலறைக்கு வருவான்னு தெரிஞ்சு இரவே கேஸ் ஆன் பண்ணி சமையலறைக் கதவை இறுக்கமா சாத்தியிருந்தாங்களாம். சமையலறை ஸ்விட்ச் ஆன் செய்ததும் ஷார்ட் சர்க்யூட் ஏற்படர மாதிரி மூணு வயர கனெக்ட் பண்ணி வைச்சிருந்தாங்களாம் அவள் விடியக்காலையில எந்திருச்சு லைட் போட்டதும் நெருப்புப் பிடிச்சிருச்சு. அவளும் அப்படித்தான் ஸ்டேட்மெண்ட் கொடுத்தாளாம். ஆனால் அவள் கத்தினாலும் வீட்டுக்காரங்க வர தாமதம் பண்ணினாங்கன்னு சொல்லி இருக்கா. அது ஒண்ண விட்டா வேற சந்தேகப்படற மாதிரி ஒண்ணுமே இல்லையாம். போலீஸ் விசாரணையில ஒத்துக்கிட்டாங்களாம். ஆனால் கோர்ட்டில போலீஸ் இம்சை தாங்கமுடியாம ஒத்துக்கிட்டோமுன்னு சொல்லி இருக்காங்க. நாங்க ஒண்ணுமே பண்ணல அது ஒரு விபத்துன்னு சொல்லிக் கடைசியில எல்லாரும் விடுதலை ஆயிட்டாங்கலாம்...’

‘இந்தக் காலத்தில கொலை செய்யறது சுலபமாயிடுச்சு. பண்ணறத பண்ணிடறாங்க; அப்புறமா மாட்டிங்கறாங்க... சமீபத்தில ஒரு டெக்கி பொண்டாட்டிய கொலை செஞ்சானே. ஆனால் அவன் முட்டாள். அதிகம் பிளான் பண்ணி மாட்டிக்கிட்டான்...’ என்று சித்தப்பா சிரித்தார்.

‘அது சுனீதா கொலை இல்லையா? ரெண்டு ரெண்டு மொபைல் சிம் பயன்படுத்தினாலும் மாட்டிக்கிட்டான். அவள் என் ஃப்ரெண்ட்டோட அண்ணனுடைய கலீக் ஆக இருந்தாளாம். ரொம்பத் திமிராம். வேலைக்காரங்ககிட்ட பேசறமாதிரி அத்தை மாமாகிட்ட கத்திப் பேசுவாளாம். அதுக்குத்தானே அவங்க கொலை செஞ்சாங்க.

‘அம்மா அப்பாவை அவள் சரியா கவனிக்கல. அதுக்குத்தான் அப்படி செஞ்சேன்னு சொல்றான் அந்தப் பைத்தியக்காரன்...

இப்ப இவன் ஜெயில்ல இருக்கறப்ப யாரு அவங்கள கவனிப்பாங்க? சரியா பிளான் பண்ணி இருந்தான்னா தப்பிச்சிருப்பான் ...'

சித்தப்பாவின் பேச்சுக்கு மாலதி 'என்ன பண்ணி இருக்கலாம்?' என்றாள்.

'நிறையப் படிச்சு சினிமா பாத்து புத்திசாலின்னு நினைச்சுக்கறவங்க கதையே இப்படித்தான். ஒரு தடவை ரவி கூட பேசினா தெரியும் ... அவங்க கூட்டம் செஞ்சிருக்கற வேலைய கேட்டா நம்ப முடியாது. எல்லாத் தடவையும் தப்பிச்சிக்கறாங்கன்னு கிடையாது. ஆனால், அவங்க விபத்து மாதிரி தோன்றபடி செய்யற காரியங்கள நம்பவே முடியாது...'

'எந்த ரவி? உங்க ஃப்ரெண்ட்?' மாலதியின் பேச்சில் உற்சாகம் இருந்தது.

'ஊம் அவன்தான். அந்த மாதிரி ஆளுங்க பேச்சே வேற மாதிரி இருக்கும். என்னன்னமோ ஐடியாக்கள். அவங்க உலகமே தனி. எத்தன தடவை ஐடியா ஃபெயிலாகி போலிசுகிட்ட உதைவாங்கி இருக்காங்க. ஆனாலும் ...'

'அவனுங்க தைரியத்த மெச்சிக்கணும் ...'

'என்ன தெரியுமா? ஆயுதம் இல்லாம கொலை செய்யணும்னு சொன்னான். கோர்ட்டில வெபன் ஆஃப் மர்டருக்கு மிகவும் முக்கியத்துவமாம். அதே இல்லையின்னா கேஸ் வீக் ஆகுமாம். இதை எல்லாம் அவன்தான் சொன்னது ...'

'வெபன் இல்லையின்ன கைகள பயன்படுத்தணும் ...'

'நான் அதைத்தான் கேட்டேன். தூ ... தூ ... அதுக்கெல்லாம் யாராவது கைகளைப் பயன்படுத்துவாங்களா என்றான். எங்க இருந்தோ ஆளுங்கள வரவழைப்பாங்களாம் ... தொலைவான மாகாணத்தில இருந்து ... இவங்க சொல்ற வேலையை அவங்க கச்சிதமா செஞ்சு கண்காணாமப் போயிடுவாங்கலாம். அதெல்லாம் எப்படீன்னா ... நடந்து போயிக்கிட்டு இருக்கறப்ப நம்பர் பிளேட் இல்லாத வண்டில வந்து மோதிவிட்டு போயறது ... யாரைன்னு பிடிப்பாங்க? சண்டைப் போட்டு கோபத்துக்கு ஆளாகறவங்க மட்டும் தலைய உடைக்கறது ... கத்தியால குத்தறது இப்படிப் பண்ணி மாட்டிக்குவாங்க என்றான் ... கொஞ்சம் யோசனை பண்ணினா போதும், எத்தனை சாக்குல மனுசன் சாகலாம் என்பது தெரியும் ...' விவரிக்கும் போதே சித்தப்பாவிற்கு உற்சாகம் வந்தது.

இதையெல்லாம் கேட்டுக்கொண்டிருந்த அப்பாவுக்கு இப்போது கோபம் வந்தது. 'காரணம் இருக்குங்கறதுக்காக கொலை செய்யறது சரின்னு நீங்க பேசற மாதிரி இருக்கு...'

'காப்பி கிங் ஏதோ பழைய காலத்தில இருக்காரு. இன்னைக்கு இதெல்லாம் சகஜம். நான் இதை எல்லாம் உங்களுக்குச் சொல்லல... ஆனால், ப்ரொடெக்ஷன் பணமுன்னு நான் சோனா மசாலாவில இருந்து எவ்வளவு பணம் தர்றேன் தெரியுமா? எப்ப தேவைப்படுவாங்களோ சொல்ல முடியாது... இப்படிப்பட்டவங்கள காப்பாத்தறது வியாபாரத்தில இருக்கறவங்களுடைய சமூகப் பொறுப்பா ஆயிடுச்சு...'

சித்தப்பாவின் பேச்சால் அங்கே மௌனம் சூழ்ந்தது. இப்படிபட்ட எதற்கும் அப்பாவின் சம்மதம் இருக்காது என்று எங்களுக்குத் தெரியும். அதனால் இப்படியான பேச்சுக்கள் எழும்போதெல்லாம் எங்களுக்கும் பதற்றம் உண்டாகும். அப்பா அதிகத் தீவிரமாக எதிர்வினை புரிவார் என்று பயம் ஏற்படும். பயம் என்றால் வேறொன்றும் இல்லை, அதுதான் சொத்து விவகாரம். அதை எங்காவது வழிப்போக்கர்களுக்குப் பங்குபோட்டுவிடுவாரோ என்ற பயம் அவ்வளவுதான்.

நான் பேசாமல் அமர்ந்திருந்தும் பங்குதாரன் என்னும் அதே காரணத்துக்குத்தான் அப்பா முதலில் எழுந்தார். பிறகு ஒவ்வொருவராகப் புறப்பட்டோம்.

விலகிய மனப்போக்குடன் நான் காப்பி ஹௌஸ் பக்கம் ஓடினேன். அங்கே உட்கார்ந்து காப்பிக்குச் சொன்னால் வின்சென்ட் சிரித்துக்கொண்டே என்ன சொன்னான் தெரியுமா?

'பிளட் ஈஸ் திக்கர் தேன் வாட்டர்... இல்லையா சார்?'

பிளட் என்ற வார்த்தையின் ஒலி என்னை நடுங்க வைத்தது. இரத்தம்! அவனுடைய பழமொழியின் பொருள் என்னவாகவே இருக்கட்டும், இவன் எதற்கு இரத்தத்தின் செய்தியைச் சொல்கிறான் என்று நடுக்கம் உண்டானது.

❍ ❍ ❍

இன்று செவ்வாய்க் கிழமை. அனிதா நேற்று மதியம் வரவேண்டி இருந்தது. அங்கே போன பிறகு அவளிடமிருந்து செய்தியே இல்லை. ஆனால், அவள் டிக்கெட் புக் ஆகியிருப்பது முந்தைய நாளுக்கு, என்றால் நேற்று அவள் இங்கே வந்து சேர்ந்திருக்க வேண்டும். நான் நேற்றுகாலையில் வீட்டை

விட்டவன், இதுவரை வீட்டிற்குத் திரும்பவில்லை. போகும் தைரியம் இல்லை. நேற்று இரவு பேக்டரியின் சோபாவில் படுத்திருந்தேன். இன்று காலையில் எங்கெல்லாமோ அலைந்து கடைசியில் காப்பி ஹௌசுக்கு வந்து அமர்ந்தேன். எனக்கு வின்சென்ட்டுடன் பேசவேண்டும். ஒன்றும் நடக்காது என்று எவ்வளவு நினைத்தாலும் தைரியம் வரவில்லை. அனிதா வந்திருந்தால் என்னைத் தொடர்புகொண்டிருப்பாள். எனக்கு இதுவரை அவளிடமிருந்து ஃபோன் இல்லை. வீட்டிலிருந்தும் யாரும் அழைக்கவில்லை. நான் பேக்டரியில் இரவைக் கழித்தது சித்தப்பாவிற்குத் தெரியும், உண்மை. ஆனால் அவர் இன்று காலை என்னை சும்மா பார்த்தாரே தவிர ஒன்றும் பேசவில்லை.

நான் பதற்றத்தோடு இங்கே உட்கார்ந்து காத்துக் கொண்டிருக்கிறேன். எதற்காகக் காத்துக்கொண்டிருக்கிறேன் என்று எனக்கும் சரியாகத் தெரியாது.

ஃபோன் மறுபடியும் ரிங் ஆனது. ஏதோ நம்பர். எடுத்தேன். ‘நான் கோபீடா’ என்றது குரல். யார் கோபி? ‘ராங்க் நம்பர்’ என்று கட் செய்தேன். அது எப்படி இன்றே இந்த ராங்க் நம்பர் கால்கள் வருகிறதோ. என் கற்பனை என்னை சும்மா விடவில்லை. அனிதா ஸ்டேஷனில் இருந்து வரும்பொழுது விபத்து ஏற்பட்டதா? இல்லை அவள் வீட்டிற்கு முன்னால் இறங்கும்போது லாரி ஒன்று வந்து மோதியதா? இல்லை வீட்டிற்குள் வந்ததும் அவளுக்கு ஏதாவது ஆனதா? இல்லை அவள் தற்கொலை செய்துகொண்டாளா? அவளுக்குத் தேவையானது வீட்டில் இருக்கிறது – கயிறு, விஷம், எலெக்ட்ரிக் கரண்ட், தூக்க மாத்திரை இல்லை குதிக்கவேண்டும் என்றால் உயரமான கட்டிடம் இரண்டு தெருக்களைத் தாண்டி இருக்கிறது. என்ன வேண்டுமோ அது. அதைச் செயல்படுத்த வீட்டில் இரண்டு பெண்கள் இருக்கிறார்கள். வார்த்தைகளைவிடக் கண்ணுக்குத் தெரியாத ஆயுதம் வேறு என்ன இருக்கிறது?

அவள் ஹைதராபதிலிருந்து வரவே இல்லையா? இல்லை என் மேல் இருக்கும் கோபம் இன்னும் தணியாமல் இருப்பதால் ஊருக்கு வந்த பிறகும் என்னைத் தொடர்பு கொள்ளவில்லையா?

இனி இந்தப் பைத்தியக்காரத்தனமான எண்ணங்களை விட்டுவிட்டு வீட்டிற்குப் போகவேண்டும் என்று நினைத்தேன். தண்ணீர் குடிக்க கிளாசை எடுத்தேன். கையில் பிடித்திருந்த கிளாஸ் பளார் என்று உடைந்தது. தண்ணீர் மேசைமீது சிந்தியது. உடனே ஓடிவந்த வின்சென்ட் ‘கவனம் சார்’ என்று மேசைத் துணியை மடித்துத் தண்ணீர் துளிகள் என்மீது சிந்தாமல் பார்த்துக்கொண்டான். என்னைப் பக்கத்து மேசைக்கு

மாற்றினான். நான் கேட்காவிட்டாலும் ஆவி பறக்கும் காப்பிக் கோப்பையைக் கொண்டுவந்து என் முன்னால் வைத்தான்.

நான் என்னைச் சிறிது ஆசுவாசப்படுத்திக்கொண்டு மனதை ஒருநிலைக்குக் கொண்டுவந்து காப்பி அருந்தும்போது பக்கத்தில் வந்த வின்சென்ட் 'சார், கையைக் கழுவுங்கள்... உங்கள் கையில் இரத்தம் இருக்கிறது' என்றான். நான் அலறினேன். என் கையில் இரத்தம் இருக்கிறது என்று சொன்னானா? உண்மையா? யாருடைய இரத்தம்? இவை எல்லாம் எப்படி நடந்தது கடவுளே, இந்தச் சிக்கல்களிலிருந்து விடுபடுவது எப்படி என்று நான் தவித்துக்கொண்டிருந்தபோது என் மனதிற்குள் நுழைந்த வார்த்தைகள் **காச்சர் கோச்சர்.**

• • •